AF519556

ഗണിതം ലളിതം

Ganitham Lalitham

Palliyara Sreedharan

CHINTHA PUBLISHERS
Thiruvananthapuram

First Edition
November 2010

Second Edition
February 2016

Third Edition
January 2018

Second Impression
November 2021

Published & Typesetting
Chintha Publishers, Thiruvananthapuram

Cover Design
G Biju

ISBN - 978-93-85045-88-2

CR = 1799 / 5651

Email: chinthapublishers@gmail.com
Website: www.chinthapublishers.com

Distribution
DESHABHIMANI BOOKHOUSE
H O Thiruvananthapuram 695035

Branch
Head Office Kunnukuzhi • Statue Thiruvananthapuram
KSRTC Bus Station Thiruvananthapuram
KSRTC Bus Station Alappuzha • KSRTC Bus Station Ernakulam
Machingal Lane Thrissur • IG Road Kozhikode
Mavoor Road Kozhikode • NGO Union Building Kannur
Central Bus Terminal Complex Thavakkara Kannur

ഗണിതം ലളിതം

പള്ളിയറ ശ്രീധരൻ

ചിന്ത പബ്ലിഷേഴ്സ്
തിരുവനന്തപുരം-695 035
വില : ₹ 100

പള്ളിയറ ശ്രീധരൻ

1950 ജനുവരി 17 ന് കണ്ണൂർ ജില്ലയിലെ എടയന്നൂരിനടുത്ത് ജനിച്ചു. കൂടാളി ഹൈസ്കൂളിൽ അധ്യാപകനായിരുന്നു. ഇപ്പോൾ ജോലി യിൽനിന്ന് വളണ്ടറി റിട്ടയർമെന്റ് വാങ്ങി ഗ്രന്ഥരചനയിൽ കൂടു തൽ ശ്രദ്ധിക്കുന്നു. ഡൽഹിയിൽനിന്ന് ഓറിയന്റേഷൻ കോഴ്സ് (CCRT), റിസോഴ്സ് പേഴ്സൺ ട്രെയിനിങ് കോഴ്സ് (NCERT) എന്നിവയടക്കം നിരവധി കോഴ്സുകളിലും സെമിനാറുകളിലും പങ്കെടുത്തിട്ടുണ്ട്. കേരള വിദ്യാഭ്യാസവകുപ്പ് സംസ്ഥാനാടിസ്ഥാ നത്തിൽ നടത്തിയ ഗണിതശാസ്ത്ര പഠനോപകരണ നിർമാണ മത്സരത്തിൽ സമ്മാനം നേടിയിട്ടുണ്ട്. പാഠപുസ്തകങ്ങൾ ഉൾപ്പെടെ സംസ്ഥാന വിദ്യാഭ്യാസ ഇൻസ്റ്റിറ്റ്യൂട്ടിനു വേണ്ടിയും NCERTക്ക് വേണ്ടിയും ഗ്രന്ഥരചനയിൽ സഹകരിച്ചിട്ടുണ്ട്. കേരള സംസ്ഥാന ബാലസാഹിത്യ ഇൻസ്റ്റിറ്റ്യൂട്ട് ഭരണസമിതി അംഗവും, *തളിര്* പത്രാധിപസമിതി അംഗവുമാണ്. ബാലസാഹിത്യത്തിന് സമഗ്ര സംഭാവനയ്ക്കുള്ള സംസ്ഥാന സർക്കാരിന്റെ അവാർഡ്, ഭീമ പ്രത്യേകപുരസ്കാരം, ഭാരത് എക്സലൻസ് അവാർഡ്, സുഭദ്രാ കുമാരി ചൗഹാൻ ജന്മശതാബ്ദിപുരസ്കാരം, ഹൈസ്കൂൾ അധ്യാപകർക്കുള്ള സംസ്ഥാന അവാർഡ്, സംസ്ഥാന ബാലസാ ഹിത്യ ഇൻസ്റ്റിറ്റ്യൂട്ടിന്റെ വൈജ്ഞാനിക സാഹിത്യ അവാർഡ് (*സംഖ്യകളുടെ കഥ*), കേരള സാഹിത്യ അക്കാദമി അവാർഡ് (*പൂജ്യത്തിന്റെ കഥ*), ആശ്രയ ബാലസാഹിത്യ അവാർഡ് (*അത്ഭുത സംഖ്യകൾ*), അധ്യാപക കലാസാഹിത്യ സമിതി അവാർഡ് (*സംഖ്യകളുടെ ജാലവിദ്യകൾ*), സമന്വയ ബാലസാ ഹിത്യ അവാർഡ്, മികച്ച ശാസ്ത്രഗ്രന്ഥത്തിനുള്ള സംസ്ഥാന സർ ക്കാരിന്റെ അവാർഡ് എന്നിവ നേടിയിട്ടുണ്ട്. നൂറിലധികം കൃതി കൾ.

വിലാസം : പള്ളിയറ ശ്രീധരൻ,
വാരം, കണ്ണൂർ– 670 594

ഫോൺ : 9847178201, 0497 2721526

Email : palliyarasreedharan@gmail.com
www.palliyarasreedharan.com

ഉള്ളടക്കം

1

സംഗീതത്തിന്റെ ഗണിതശാസ്ത്രം

സംഗീതം, ഗാനം, കവിത, നൃത്തം തുടങ്ങിയ കലാരൂപങ്ങൾക്ക് ഗണിതശാസ്ത്രവുമായി പ്രത്യേകിച്ച് ബന്ധമൊന്നുമില്ല എന്നാണ് ഭൂരി പക്ഷം പേരുടെയും വിശ്വാസം. യഥാർഥത്തിൽ ഇവയ്ക്ക് ഗണിതശാ സ്ത്രത്തോളം ബന്ധം മറ്റൊരു ശാസ്ത്രവുമായും ഇല്ല എന്നു പറയാം.

കവിതയുടെ കാര്യം തന്നെയെടുക്കാം. കവിതയും ലേഖനവും തമ്മിൽ അഥവാ പദ്യവും ഗദ്യവും തമ്മിൽ എങ്ങനെ വ്യത്യാസപ്പെട്ടിരിക്കുന്നു? കവിതയ്ക്ക് വൃത്തം വേണം. വൃത്തം എന്ന ഗണിതശാസ്ത്രരൂപമല്ല ഇവിടെ ഉദ്ദേശിക്കുന്നത്. കേക, തരംഗിണി, മാലിനി, കാകളി തുടങ്ങിയ കവിതാവൃത്തങ്ങൾതന്നെ. കേകയുടെ ലക്ഷണം ഇങ്ങനെ പറയുന്നു:

"മൂന്നും രണ്ടും രണ്ടും മൂന്നും രണ്ടും
രണ്ടെന്നെഴുത്തുകൾ"
പതിനാലിന്നാറുഗണം പാദം രണ്ടിലുമൊന്നുപോൽ"

കേകാവൃത്തത്തിലെ കവിതയിലെ ഓരോ വരിയിലും എത്ര അക്ഷരം വേണമെന്ന് നിശ്ചയപ്പെടുത്തിയിട്ടുണ്ട്. അപ്പോൾ ഒരു കവി തയെ കവിതയാക്കി മാറ്റുന്നത് കവിതയുടെ ഗണിതശാസ്ത്രമാണ്. വൃ ത്തമില്ലാത്ത കവിതകളുമുണ്ട്. ഈ കവിതകൾക്ക് ഒരു ഈണം വേണം: ഒരു താളം, ഒരു ഒഴുക്ക്. അതിലും ഗണിതം കണ്ടെത്താം.

സംഗീതത്തിൽ ഗണിതത്തിന് സ്വാധീനമെന്തെന്ന് നമുക്ക് പരിശോ ധിക്കാം. സംഗീതത്തിൽ ഏഴു സ്വരങ്ങൾ. സ, രി, ഗ, മ, പ, ധ, നി ഇവ വെറും അക്ഷരങ്ങളല്ല. കേൾക്കാനിമ്പമുള്ള നാദങ്ങളാണിവ. ഷഡ്ജം, ഋഷഭം, ഗാന്ധാരം, മധ്യമം, പഞ്ചമം, ധൈവതം, നിഷാദം എന്നിവയാണ് ഇവയുടെ പേരുകൾ. പഞ്ചമമെന്ന പേരിൽ പോലുമുണ്ട് ഗണിതം.

'സ' തൊട്ട് ആരോഹണത്തിൽ പോകുന്ന സ്വരങ്ങൾ 'നി' യിലെത്തി

വീണ്ടും 'സ' യിലേക്ക് പ്രവേശിക്കുന്നു. ആദ്യത്തെ 'സ'യുടെ ഇരട്ടിയായിട്ടാണ് പിന്നീട് 'സ' ആവർത്തിക്കുന്നത്.

സംഗീതത്തിന് അടിസ്ഥാനമായിട്ടുള്ള കാലപരിമാണമാണ് താളം. താളം ഏറ്റവും നിഷ്കർഷിക്കേണ്ടുന്ന കലയാണ് നൃത്തം. നൃത്തങ്ങളിൽ ഏറ്റവും ഉൽകൃഷ്ടമായത് പരമശിവന്റെ താണ്ഡവവും പാർവതിയുടെ ലാസ്യവുമാണ്. ഈ രണ്ട് നൃത്തരൂപങ്ങളുടെ പേരിലെ ആദ്യാക്ഷരങ്ങൾ ചേർന്നാണ് താളം രൂപപ്പെട്ടത് എന്ന് പറയപ്പെടുന്നു. സംസ്കൃതത്തിൽ ല, ള എന്നിവയ്ക്ക് ഭേദമില്ലാത്തതിനാൽ മലയാളത്തിൽ താളമായതാവാം.

കാലം അഥവാ സമയത്തിന്റെ ഏറ്റവും ചെറിയ ഏകകം സംഗീതശാസ്ത്രത്തിൽ ക്ഷണമാണ്. നൂറു താമരദളങ്ങളെ അടുക്കിവച്ച് അവയിൽക്കൂടി ഒരു സൂചി കുത്തിയിറക്കുമ്പോൾ ഒരു ദളത്തിൽക്കൂടി ആ സൂചി കടന്നുപോകുന്നതിന് ആവശ്യമായ സമയമാണ് ക്ഷണമായി അറിയപ്പെടുന്നത്. സമയത്തിന്റെ പെരുക്കങ്ങൾ താഴെ കൊടുക്കുന്നു.

8 ക്ഷണം	=	1 ലവം
8 ലവം	=	1 കാഷ്ഠ
8 കാഷ്ഠ	=	1 നിമിഷം
8 നിമിഷം	=	1 കല
2 കല	=	1 ത്രുടി
2 ത്രുടി	=	1 അണു (അനുദ്രുതം)
2 അണു	=	1 ദ്രുതം
2 ദ്രുതം	=	1 ലഘു
2 ലഘു	=	1 ഗുരു
3 ലഘു	=	1 പ്ലുതം
4 ലഘു	=	1 കാകപാദം

ഇതിൽ ഒരു അണു അഥവാ അനുദ്രുതം സമയമാണ് ഒരു അക്ഷരം ഉച്ചരിക്കുന്നതിനുള്ള സമയമായി കണക്കാക്കിയിട്ടുള്ളത്. അനുദ്രുതത്തിനുമുന്നിലുള്ള കാല പരിമാണങ്ങൾ സൂക്ഷ്മമെന്നും ശേഷമുള്ളവ സ്ഥൂലമെന്നും അറിയപ്പെടുന്നു.

പ്രായോഗിക സംഗീതത്തിൽ നാലക്ഷരകാലം ഒരു മാത്രയായി സ്വീകരിച്ചിരിക്കുന്നു. (*സംഗീത രത്നാകര*ത്തിൽ ഇത് അഞ്ചക്ഷരമാണ്) മാത്രകൾ ചേർന്നവയാണ് മാർഗങ്ങൾ.

ഒന്ന്, രണ്ട്, നാല്, എട്ട് എന്നീ മാത്രകൾ ചേർന്ന മാർഗങ്ങൾ യഥാക്രമം ധ്രുവം, ചിത്രം, വാർത്തികം, ദക്ഷിണം എന്നീ പേരുകളിൽ അറിയപ്പെടുന്നു. കാൽ, അര മാത്രകൾ ചേർന്നവ അതിചിത്രം, ചിത്രതമം എന്നീ പേരുകളിലും അറിയപ്പെടുന്നു. അങ്ങനെ മാർഗങ്ങൾ ആറ്. ഇവ ഷഡ്മാർഗങ്ങൾ എന്നറിയപ്പെടുന്നു.

താളത്തിന്റെ അവയവങ്ങൾ അംഗങ്ങൾ എന്നറിയപ്പെടുന്നു. അനുദ്രുതം, ദ്രുതം, ലഘു, ഗുരു, പ്ലുതം, കാകപാദം എന്നിങ്ങനെയുള്ള ആറ്

അംഗങ്ങൾക്ക് ഷഡംഗങ്ങൾ എന്നാണ് പേര്. ഇവയ്ക്ക് യഥാക്രമം 1, 2, 4, 8, 12, 16 എന്നിങ്ങനെ അക്ഷര കാലങ്ങളാണുള്ളത്. ഇവയുടെ മാത്ര മായി 1/4, 1/2, 1, 2, 3, 4 എന്നിങ്ങനെയാണ് കണക്കാക്കിയിട്ടുള്ളത്.

താളം പിടിക്കുന്നത് അടി, വീശ് എന്നീ ക്രിയകളിലൂടെയാണ്. അനു ദ്രുതത്തിൽ ഒരടിയും ദ്രുതത്തിൽ ഒരടിയും ഒരു വീശുമാണ് ക്രിയ.

ലഘുവെന്ന അംഗത്തിന്റെ വകഭേദങ്ങളെ ജാതി എന്നു വിളിക്കുന്നു. ത്ര്യശ്രം, ചതുരശ്രം, ഖണ്ഡം, മിശ്രം, സങ്കീർണം എന്നീ പേരുകളിലുള്ള ജാതികളുടെ അക്ഷരകാലം യഥാക്രമം 3, 4, 5, 7, 9 എന്നിങ്ങനെയാണ് മൂന്നക്ഷരകാലം കൂടിയതുകൊണ്ടാണ് ത്ര്യശ്രം എന്ന പേര് ലഭിച്ചത്. നാലക്ഷരം ചേർന്ന ജാതിയെ ചതുരശ്രം എന്നു വിളിക്കുന്നു. ഇവ രണ്ടും ചേർന്നത് മിശ്രം. ചതുരശ്രവും ഖണ്ഡവും ചേർന്നതാണ് സങ്കീർണം.

ഓരോ അംഗത്തിലുള്ള അക്ഷരകാലങ്ങളിൽ ഓരോന്നിലും അട ങ്ങിയിട്ടുള്ള അവാന്തരാക്ഷരകാല പ്രമാണം കല എന്നറിയപ്പെടുന്നു. കല കളുടെ ചേർപ്പ് ഗതി എന്നറിയപ്പെടുന്നു. ഗതിയും ജാതിയെപ്പോലെ ത്ര്യശ്രം, ചതുരശ്രം, ഖണ്ഡം, മിശ്രം, സങ്കീർണം എന്നിങ്ങനെ അഞ്ചുവിധമുണ്ട്.

ഒരു ദ്രുതവും ഒരു ലഘുവും ചേർന്ന താളമാണ് രൂപകതാളം. ദ്രുത ത്തിന് രണ്ട് അക്ഷരവും ലഘുവിന് ജാതിയനുസരിച്ച് 3, 4, 5, 7, 9 എന്നീ അക്ഷരങ്ങളും ഉള്ളതുകൊണ്ട് ക്രമത്തിൽ 5, 6, 7, 9, 11 എന്നിങ്ങനെ അക്ഷരങ്ങൾ സിദ്ധിക്കുന്നു. ഈ ഓരോ ജാതിരൂപകതാളത്തിനും അഞ്ച് ഗതിഭേദങ്ങൾ കാണാം. അങ്ങനെ ത്രയശ്ര ജാതി രൂപകത്തിന് 5 X 3 = 15 കലകളും, ചതുരശ്രഗതിയിൽ 5 X 4 = 20 കലകളും, ഖണ്ഡഗതിയിൽ 5 X 5 = 25 കലകളും, മിശ്രഗതിയിൽ 5 X 7 = 35 കലകളും, സങ്കീർണ ഗതിയിൽ 5 X 9 = 45 കലകളും ഉണ്ടെന്ന് കാണാം. ഇതുപോലെ ധ്രുവം, മഠ്യം, ത്രിപുട തുടങ്ങിയ താളങ്ങൾക്കെല്ലാം കലകൾ കണക്കാക്കാം.

സ്വരഭേദങ്ങളും സഞ്ചാരങ്ങളുമനുസരിച്ച് 72 മേളരാഗങ്ങൾ ഉള്ള തായി കണക്കാക്കപ്പെട്ടിരിക്കുന്നു. വെങ്കടമഖി ആറ് രാഗങ്ങൾ വീതമുള്ള പന്ത്രണ്ട് ചക്രങ്ങളിൽ മേളങ്ങൾ ക്രമീകരിച്ചിരിക്കുന്നു. ഗണിതശാസ്ത്ര ത്തിലെ കടപയാദി പ്രകാരമാണ് രാഗങ്ങൾക്ക് പേര് നൽകിയിട്ടുള്ളത്. ഒരു രാഗത്തിന്റെ പേര് കേട്ടാൽത്തന്നെ അത് എത്രാമത്തെ രാഗമാണ് എന്ന് ഗണിതശാസ്ത്രമുപയോഗിച്ച് കണക്കാക്കാൻ സാധിക്കും. ഇതിന് മലയാള ത്തിലെ അക്ഷരസംഖ്യാ രീതിയായ കടപയാദിയാണ് ഉപയോഗിക്കുന്നത്.

സംഗീതത്തിലുള്ള ഏഴ് സ്വരങ്ങൾ അക്ഷരങ്ങളാണല്ലോ. അക്ഷര ങ്ങൾ അഥവാ ശബ്ദങ്ങൾ കൂടാതെ സംഗീത ഉപകരണങ്ങൾ പുറപ്പെടു വിക്കുന്ന ശബ്ദങ്ങളും സംഗീതവുമായി ബന്ധപ്പെട്ടിരിക്കുന്നു. സംഗീതോ പകരണങ്ങളെ പൊതുവെ വാദ്യങ്ങൾ എന്നാണറിയപ്പെടുന്നത്. തന്ത്രിവാ ദ്യങ്ങൾ സുഷിര വാദ്യങ്ങൾ, അവനദ്ധവാദ്യങ്ങൾ, ഘനവാദ്യങ്ങൾ എന്നിങ്ങനെ നാലിനം വാദ്യങ്ങളുണ്ട്. വീണ, തംബുരു, ഫിഡിൽ എന്നിങ്ങനെ കമ്പി കളിൽനിന്നും ശബ്ദം പുറപ്പെടുവിക്കുന്ന വാദ്യങ്ങൾ തന്ത്രിവാദ്യങ്ങൾ എന്നറിയപ്പെടുന്നു.

തതവാദ്യങ്ങളിൽവച്ച് ഏറ്റവും പ്രാചീനവും പ്രധാനവും വീണയാണ്. വീണയ്ക്ക് ഒരു കമ്പി മുതൽ ആയിരം കമ്പനികൾ വരെയുണ്ടാകുമത്രെ. 21, 19, 14, 7 എന്നീ എണ്ണം കമ്പികളോടുകൂടിയ വീണകൾ യഥാക്രമം പേരിയാഴ്, മകരയാഴ്, പകോടയാഴ്, ചെങ്കൊടിയാഴ് എന്നീ പേരുകളിലറിയപ്പെടുന്നു.

സാധാരണ പ്രചാരത്തിലുള്ള വീണയ്ക്ക് നാലു കമ്പികളാണുള്ളത്. കമ്പികളുടെ ഒരറ്റം കുടത്തിന്റെ ആഗ്രത്തും മറ്റേ അറ്റം വ്യാളീമുഖത്തിലുള്ള ഭാഗത്തെ കട്ടകളിലും ഉറപ്പിച്ചിരിക്കുന്നു. സാരണ, പഞ്ചമം, മന്ദ്രം, അനുമന്ദ്രം എന്നീ പേരുകളുള്ള കമ്പികൾ മീട്ടുമ്പോൾ സ്വരങ്ങൾ പുറപ്പെടുവിക്കുന്നു. മീട്ടുന്ന കമ്പികൾ സ്പന്ദന നിയമങ്ങൾ അനുസരിക്കുന്നുണ്ട്. സ്പന്ദന നിയമങ്ങൾ മനസിലാക്കാൻ മോണോ കാർഡ് എന്ന ഉപകരണം ഉപയോഗിക്കാം. മുറുക്കമുള്ള കമ്പി മീട്ടുമ്പോൾ സ്പന്ദിക്കുന്നതായി കാണാം. സ്പന്ദിക്കുന്ന കമ്പിയിലെ നിശ്ചലമായ സ്ഥാനങ്ങളെ നോഡുകൾ എന്നും ചലിക്കുന്ന ഭാഗങ്ങളെ ആന്റിനോഡുകളെന്നും പറയുന്നു.

ചലിക്കുന്ന ഭാഗത്തിന്റെ നീളം കുറയ്ക്കുന്തോറും പുറപ്പെടുവിക്കുന്ന ധ്വനിയുടെ ശ്രുതി കൂടുന്നതായി കാണാം. നീളം നേർ പകുതിയാകുമ്പോൾ ശ്രുതി ഇരട്ടിക്കുന്നു. മൂന്നിലൊന്നാകുമ്പോൾ മൂന്നു മടങ്ങാകും. ഇങ്ങനെ ഒരേയിനം കമ്പിയിൽനിന്ന് ഉത്ഭവിക്കുന്ന ധ്വനിയുടെ ശ്രുതി അത് ചലിക്കുന്ന നീളത്തിന് വിപരീതാനുപാതത്തിലായിരിക്കും. ഇത് ഒന്നാം സ്പന്ദനനിയമം എന്നറിയപ്പെടുന്നു.

കമ്പിയുടെ നീളം വ്യത്യാസപ്പെടുത്താതെ മോണോകാർഡിന്റെ അറ്റത്തു കെട്ടിയിരിക്കുന്ന ഭാരം വർധിപ്പിച്ചാൽ ശ്രുതി കൂടുന്നതായി കാണാം. ഭാരത്തിന്റെ വർഗമൂലത്തിന് ആനുപാതികമായാണ് ശ്രുതിയെന്ന് കാണാം. ഇത് രണ്ടാം സ്പന്ദനനിയമമായി അറിയപ്പെടുന്നു.

ഒരേ ലോഹത്തിൽ നിർമിച്ച വിവിധ വ്യാസത്തിലുള്ള കമ്പികൾ ഉപയോഗിച്ച ശ്രുതി പരിശോധിച്ചാൽ വ്യാസം കൂടുന്തോറും ശ്രുതി കുറയുന്നതായി അനുഭവപ്പെടും. ഒരേ നീളത്തിലും മുറുക്കത്തിലുമുള്ള രണ്ട് കമ്പികളുടെ ശ്രുതികൾ തമ്മിലുള്ള വ്യത്യാസം അവയുടെ വ്യാസാർധങ്ങൾ തമ്മിലുള്ള വ്യത്യാസത്തിന് വിപരീതാനുപാതത്തിലാണെന്ന് നമുക്ക് മനസിലാക്കാം. ഇത് മൂന്നാം നിയമമാണ്.

ഒരേ നീളവും മുറുക്കവുമാണെങ്കിലും വ്യത്യസ്ത ലോഹനിർമിതമാണെങ്കിൽ ശ്രുതികൾക്ക് മാറ്റം വരും. ലോഹങ്ങളുടെ സാന്ദ്രതയെയാണ് ഇവിടെ ശ്രുതി ആശ്രയിക്കുന്നത്. സാന്ദ്രത കുറഞ്ഞാൽ ശ്രുതി കൂടും. ശ്രുതിക്കമ്പിയുടെ ലോഹത്തിന്റെ സാന്ദ്രതയുടെ വർഗമൂലത്തിന്റെ വിപരീതാനുപാദത്തിലാണെന്ന വസ്തുത നാലാം നിയമമായി അറിയപ്പെടുന്നു.

സംഗീതത്തിന് ഗണിതശാസ്ത്രവുമായി ഇനിയും ധാരാളം ബന്ധങ്ങളുണ്ട്. അവ കൂടുതൽ പഠന വിധേയമാക്കേണ്ടതുണ്ട്.

2

രക്ഷപ്പെടാൻ ഗണിതശാസ്ത്രം

ഗണിതശാസ്ത്രത്തിന്റെ സഹായത്തോടെ ഒരു ഭടൻ സ്വന്തം ജീവൻ രക്ഷപ്പെടുത്തിയ കഥയാണിത്. ക്രിസ്തുവർഷം ഒന്നാം നൂറ്റാണ്ടിൽ ജീവിച്ചിരുന്ന ജൂതനായ പട്ടാളക്കാരൻ ജോസഫസ് ഫ്ളാവിയസി (Josephus Flavius)ന്റെ കഥ ഇങ്ങനെ:

'67ൽ റോമാക്കാരുമായി ജോട്ടപ്പട്ട എന്ന നഗരത്തിൽവച്ച് നടന്ന ഒരു യുദ്ധത്തിൽ ജോസഫസും 40 പട്ടാളക്കാരും പരാജിതരായി. അവർ ഒരു ഗുഹയിൽ അഭയം പ്രാപിച്ചു. എന്തുചെയ്യും? രക്ഷപ്പെടാൻ ഒരു മാർഗവുമില്ല. ശത്രുക്കൾക്ക് കീഴടങ്ങുകയേ നിവൃത്തിയുള്ളൂ എന്നത് അവർക്ക് ചിന്തിക്കാൻപോലും സാധ്യമായിരുന്നില്ല. എല്ലാവർക്കും ഒന്നിച്ച് ആത്മഹത്യ ചെയ്യാം എന്ന് ചിലർ അഭിപ്രായപ്പെട്ടു.

ജോസഫസ് അവരോട് യോജിച്ചില്ല. പക്ഷേ തന്റെ അഭിപ്രായം തുറന്നു പറഞ്ഞില്ല. എങ്ങനെ തനിക്ക് രക്ഷപ്പെടാം എന്നാണ് അപ്പോൾ ആലോചിച്ചുകൊണ്ടിരുന്നത്.

അയാൾ ഒരു നിർദേശം മുന്നോട്ടുവച്ചു. അങ്ങനെ എല്ലാവരും ഒന്നിച്ച് ആത്മഹത്യ ചെയ്യേണ്ടതില്ല. ഓരോരുത്തരായി ആത്മഹത്യ ചെയ്യാം. പക്ഷേ ഓരോരുത്തരാകുമ്പോൾ എങ്ങനെ ക്രമം കണ്ടെത്തുമെന്നായി മറ്റ് പട്ടാളക്കാരുടെ ചോദ്യം. അതിന് ജോസഫസിന്റെ മറുപടി ഇതായിരുന്നു. എല്ലാ പട്ടാളക്കാരും ഒരു വൃത്താകൃതിയിൽ നിൽക്കുക. ഒരു പട്ടാളക്കാരൻ ഒന്ന് തുടങ്ങി ക്രമത്തിൽ എണ്ണുക. ഇങ്ങനെ തുടർച്ചയായി എണ്ണുമ്പോൾ മൂന്നാമത് വരുന്ന ആൾ ആത്മഹത്യ ചെയ്യുക.

ഇതനുസരിച്ച് എല്ലാവരും വൃത്താകൃതിയിൽനിന്നു സമർഥനായ ജോസഫസ് എണ്ണിയപ്പോൾ ഏറ്റവും ഒടുവിൽ ബാക്കി വന്നു. ജോസഫസ് ആത്മഹത്യ ചെയ്യാതെ ശത്രുക്കൾക്ക് കീഴടങ്ങി സ്വന്തം ജീവൻ രക്ഷപ്പെടുത്തി.

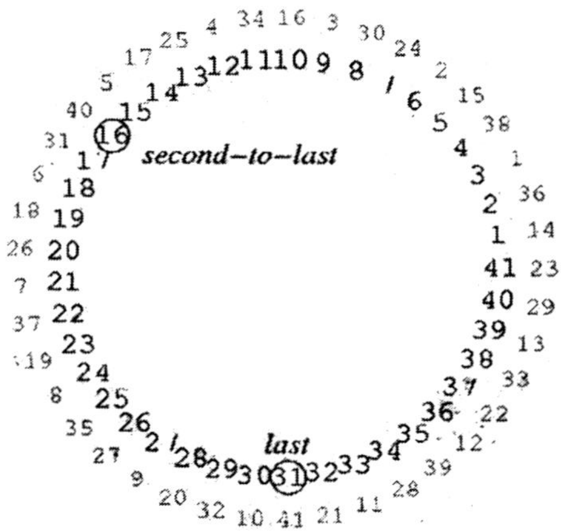

ഇവിടെ പ്രശ്നമിതാണ് ജോസഫസ് എത്രാമനായിരുന്നു?

ഒന്നു മുതൽ നാൽപ്പത്തിഒന്നു വരെ നമ്പരുകളിൽ പട്ടാളക്കാർ വൃത്താകൃതിയിൽ നിന്നാൽ ക്രമത്തിൽ ആത്മഹത്യ ചെയ്യേണ്ടവരുടെ നമ്പർ താഴെ കൊടുക്കുന്നു.

3, 6, 9, 12, 15, 18, 21, 24, 27, 30, 33, 36, 39, 1, 5, 10, 14, 19, 23, 28, 32, 37, 41, 7, 13, 20, 26, 34, 40, 8, 17, 29, 38, 11, 25, 2, 22, 4, 35, 16, 31,

ഇതു പ്രകാരം ഏറ്റവും ഒടുവിൽ ശേഷിക്കുന്ന നമ്പർ 31 ആയിരിക്കും. ഈ പ്രശ്നം ജോസഫസ് പ്രശ്നം (Josephus Problem) എന്നറിയപ്പെടുന്നു.

ഗണിതശാസ്ത്രത്തിൽ ഒരു പ്രശ്നം പരിഹരിക്കപ്പെട്ടാൽ അതേ സ്വഭാവമുള്ള മറ്റ് പ്രശ്നങ്ങൾ ഉയർന്നുവരിക സ്വാഭാവികം. 41 എന്ന എണ്ണത്തിന് പകരം 40 പട്ടാളക്കാർ ആയിരുന്നാൽ എത്രാമത്തെ ആളായിരിക്കും ഏറ്റവും ഒടുവിൽ ശേഷിക്കുന്നത് എന്ന് പ്രശ്നം വരാം. ഇതുപോലെ മറ്റ് സംഖ്യകൾ ആയാൽ എന്തായിരിക്കും ഫലം എന്ന രീതിയിൽ അനേകം പ്രശ്നങ്ങൾ ഉയർന്നുവരുന്നു. മാത്രമല്ല മൂന്നാമത്തെ ആൾ എന്നതിനു പകരം രണ്ടാമത്തെ ആൾ, നാലാമത്തെയാൾ അഞ്ചാമത്തെയാൾ എന്നിങ്ങനെ പ്രശ്നങ്ങളുടെ എണ്ണം കൂടുന്നു. ഒടുവിൽ 'm' ആളുകളിൽ 'n' ാമത്തെ ആൾ ഒഴിവാക്കപ്പെട്ടാൽ ഏറ്റവും ഒടുവിൽ ശേഷിക്കുന്നത് ഏത് എന്ന നിലയിൽ ഒരു സാമാന്യവൽകൃതമായ പ്രശ്നവും ഉത്ഭവിക്കുന്നു. ഗണിതശാസ്ത്രജ്ഞനായ ഇത്തരം ചോദ്യങ്ങൾക്കൊക്കെ ഉത്തരം കണ്ടെത്തിയിട്ടുണ്ട്.

3

എന്താണ് സംഖ്യ?

നാമെല്ലാം നിത്യജീവിതത്തിൽ സംഖ്യകൾ കൈകാര്യം ചെയ്യുന്നവരാണ്. എണ്ണൽസംഖ്യകൾ, ദശാംശ സംഖ്യകൾ, ഭിന്നിതങ്ങൾ, നെഗറ്റീവ് സംഖ്യകൾ എന്നിങ്ങനെ 'അനേകം വിധത്തിലുള്ള സംഖ്യകൾ കൈകാര്യം ചെയ്യുന്നുണ്ട്. പക്ഷേ എന്താണ് സംഖ്യ എന്ന് ചോദിച്ചാൽ നാം അൽപ്പമൊന്ന് കുഴങ്ങും. സംഖ്യയ്ക്ക് എത്ര ഉദാഹരണങ്ങൾ വേണമെങ്കിലും പറയാം. പക്ഷേ ഉദാഹരണങ്ങൾ കൊണ്ടായില്ല.

നമ്മുടെ ഒരു കൈയിലെ വിരലുകൾ നമ്മെ 'അഞ്ച്' എന്ന സംഖ്യയെ ഓർമിപ്പിക്കുന്നു. ത്രിമൂർത്തികൾ എന്ന് കേൾക്കുമ്പോൾ 'മൂന്ന്' എന്ന സംഖ്യ ഓർമ വരും. സപ്തവർണങ്ങൾ എന്ന് കേൾക്കുമ്പോൾ 'ഏഴ്' എന്ന് സംഖ്യ ഓർക്കുന്നു. ഇവയെല്ലാം സംഖ്യകൾക്ക് ഉദാഹരണങ്ങൾ മാത്രം.

സംഖ്യകൾ കണ്ടുപിടിച്ചിട്ട് ആയിരക്കണക്കിന് വർഷങ്ങളായെങ്കിലും സംഖ്യയ്ക്ക് വ്യക്തമായ ഒരു നിർവചനം കണ്ടെത്തിയത് ഈ അടുത്ത കാലത്ത് മാത്രമാണ്. ഈ ചോദ്യത്തിന് ഉത്തരം കണ്ടെത്താൻ സഹസ്രാബ്ദങ്ങൾക്കുമുമ്പുതന്നെ ശാസ്ത്രജ്ഞർ ശ്രമിച്ചിരുന്നു. പലരും പല നിർവചനങ്ങളും നൽകിയിട്ടുമുണ്ട്. 'മനുഷ്യരുടെ പ്രത്യേകതയാണ് മനുഷ്യൻ എന്നതുപോലെ സംഖ്യകളുടെ പ്രത്യേകതയാണ് സംഖ്യ' (Number is what the charecteristic of numbers as man is what the charecteristic of men) എന്നായിരുന്നു സംഖ്യക്കുള്ള ഒരു നിർവചനം. ഇത് ശരിയായ ഒരു നിർവചനമായി പരിഗണിക്കാൻ നിവൃത്തിയില്ല.

ആധുനിക ഗണിതന്യായശാസ്ത്രത്തി(Modern mathamtical logic)ന്റെ പിതാവായി അറിയപ്പെടുന്ന ഗോട്ട് ലോബ്ഫ്രെഗെ (Gott lob Grege) 1884 ൽ സംഖ്യയ്ക്കുള്ള ഒരു നിർവചനം അവതരിപ്പിച്ചു. ജോർജ്

കാന്റർ അവതരിപ്പിച്ച ഗണസിദ്ധാന്തം അടിസ്ഥാനമാക്കിയായിരുന്നു സംഖ്യയ്ക്കുള്ള ഈ നിർവചനം.

ഫ്രെഗെയുടെ നിർവചനം ഇങ്ങനെയാണ്.

A = (ബോംബ്, മേരി മാർഗ്)

B = (ബ്രിയാൻ, കസേര, മിസ്സിസിപ്പി നദി)

എന്നീ രണ്ട് ഗണങ്ങൾ പരിഗണിക്കുക. ഈ രണ്ട് ഗണങ്ങൾക്കും പൊതുവായ ഒരു ഗുണമുണ്ട്. ഈ പൊതുവായ ഗുണമാണ് സംഖ്യ. ഈ ഉദാഹരണത്തിൽ ഈ ഗുണത്തെ "3" എന്ന് സൂചിപ്പിക്കുന്നു.

അംഗങ്ങളൊന്നും ഇല്ലാത്ത ഒരു ഗണത്തിന്റെ പൊതുവായ ഗുണമാണ് പൂജ്യം.

പ്രമുഖ ഇംഗ്ലീഷ് ഗണിതശാസ്ത്രജ്ഞൻ ബർട്രൻഡ് റസൽ ഫ്രെഗെയുടെ നിർവചനം കണ്ടെത്തുകയും പ്രചരിപ്പിക്കുകയും ചെയ്തു.

നാം ഇന്ന് സൂചിപ്പിക്കുന്ന 3, 4 എന്നിവയൊന്നും യഥാർഥത്തിൽ സംഖ്യകളല്ല, സംഖ്യാചിഹ്നങ്ങൾ മാത്രമാണ് '3' എന്നത് കംപ്യൂട്ടറിനെ സംബന്ധിച്ചേടത്തോളം 11ഉം (ദ്വയാംഗ സമ്പ്രദായം) റോമൻ സംഖ്യാ സമ്പ്രദായ പ്രകാരം 111ഉം ആണല്ലോ. ഒരു വ്യക്തിക്ക് തോമസ് എന്ന് പേരുണ്ടെന്നിരിക്കട്ടെ. എന്തുകൊണ്ട് അദ്ദേഹം തോമസ് എന്ന് അറിയപ്പെടുന്നു? തോമസ് എന്ന് വിളിച്ചതുകൊണ്ടുതന്നെ. മറ്റെന്തെങ്കിലും പേര് വിളിച്ചിരുന്നുവെങ്കിലും ആ വ്യക്തിക്ക് മാറ്റമുണ്ടാവില്ല. മാത്രമല്ല, അനേകായിരം തോമസുമാർ വേറെയുമുണ്ട്. അപ്പോൾ 3, 4, 5 എന്നിവയൊക്കെ സംഖ്യാചിഹ്ന (numberals)ങ്ങളാണ്.

4

സംഖ്യകളുടെ ആരംഭം

സംഖ്യകൾ എപ്പോൾ, എവിടെ ആരംഭിച്ചു എന്നതിന് വളരെ വ്യക്തമായ തെളിവ് നമുക്ക് ഇതുവരെ ലഭിച്ചിട്ടില്ല. ലോകത്തിൽ ആദ്യ കാലത്ത് ജീവിച്ചിരുന്ന ജനവിഭാഗങ്ങൾ പൊതുവെ പരസ്പരം അറിയാതെയാണ് ജീവിച്ചിരുന്നത്. ഉദാഹരണമായി ചൈനയിലെ ജനങ്ങളും ഈജിപ്തിലെ ജനങ്ങളും തമ്മിൽ ആദ്യകാലത്ത് വേണ്ടത്ര ബന്ധമുണ്ടായിരുന്നില്ല. അതുകൊണ്ടുതന്നെ വിജ്ഞാനശകലങ്ങൾ ഓരോ പ്രദേശത്തും സ്വതന്ത്രമായി ഒരു പരിധിവരെ വളർന്നു വികസിച്ചിരുന്നു എന്ന് അനുമാനിക്കുന്നതിൽ തെറ്റില്ല.

മനുഷ്യൻ സംഖ്യകൾ കണ്ടുപിടിക്കുന്നതിനും എത്രയോ മുമ്പുതന്നെ ഒന്നിനൊന്ന് പൊരുത്തമുപയോഗിച്ച് എണ്ണിയിരുന്നു.

മനുഷ്യന് പൂർണമായ ഒരു സംഖ്യാബോധം വികസിക്കുന്നതിനുതന്നെ ആയിരക്കണക്കിന് വർഷങ്ങൾ വേണ്ടിവന്നിരുന്നു എന്നാണ് ശാസ്ത്രജ്ഞന്മാരുടെ അഭിപ്രായം. ഒന്നിൽനിന്ന് രണ്ടിലെത്തുക, രണ്ടിൽ നിന്ന് മൂന്നിലെത്തുക എന്നീ പ്രക്രിയകൾക്കുതന്നെ നൂറ്റാണ്ടുകൾ വേണ്ടിവന്നിരിക്കാം. ഒന്നിനും രണ്ടിനും ശേഷം പലർക്കും 'വളരെ'യാണ്. രണ്ട്, മൂന്ന്, നാല്, അഞ്ച്, പത്ത്, പന്ത്രണ്ട്, ഇരുപത് എന്നീ സംഖ്യകളെല്ലാം അടിസ്ഥാനമാക്കി ലോകത്തിന്റെ വിവിധ ഭാഗങ്ങളിൽ സംഖ്യാസമ്പ്രദായങ്ങൾ രൂപപ്പെട്ടിരുന്നു. ടോറസ് സ്ട്രെയിറ്റ്സി (Torres Straits) ലെ ഒരു പടിഞ്ഞാറൻ ആദിവാസി ഭാഷയിലെ സംഖ്യയുടെ പേരുകൾ താഴെ കൊടുക്കുന്നു.

1. ഉറോപൻ (Urapun)
2. ഒകോസ (Okosa)
3. ഒകോസ ഉറോപൻ (2+1)

4. ഒകോസ ഒകോസ (2 + 2)
5. ഒകോസ ഒകോസ ഉറോപൻ (2 + 2 + 1)
6. ഒകോസ ഒകോസ ഒകോസ (2 + 2 + 2)

ആറിനു മുകളിൽ അവർക്ക് റാസ് (ras) അഥവാ 'വളരെ'യാണ്.

മനുഷ്യന് പത്ത് വിരലുകൾ ഉള്ളതുകൊണ്ടാണ് ദശക്രമസംഖ്യാ സമ്പ്രദായം വികസിച്ചത് എന്ന് നമുക്കറിയാം. ഒരു കൈയിലെ അഞ്ച് വിരലുകൾ പരിഗണിച്ച് ചില രാജ്യങ്ങളിൽ പഞ്ചക്രമസമ്പ്രദായവും വികസിക്കുകയുണ്ടായിട്ടുണ്ട്. കാലിഫോർണിയയിലെ യുകി ഇന്ത്യൻ (Yuki indian) എന്ന വർഗക്കാർക്ക് സംഖ്യകളുടെ അധിഷ്ഠാനം നാലാണ്. കാരണം അവർ കൈയിലെ വിരലുകൾക്കിടയിലുള്ള ഭാഗമാണ് എണ്ണാൻ സ്വീകരിച്ചത്. എണ്ണാൻ ഉപയോഗിച്ചിരുന്ന കമ്പുകൾ കൈവിരലുകൾക്കിടയിൽ പിടിച്ചതാവാം ഇത് അടിസ്ഥാനമാക്കാൻ അവരെ പ്രേരിപ്പിച്ചത്.

ലോകത്തിന്റെ പല ഭാഗങ്ങളിലും ഇപ്പോഴും പൂർണമായ രീതിയിൽ സംഖ്യകളുടെ വളർച്ചയുണ്ടായിട്ടില്ല എന്നാണ് പഠനങ്ങൾ വ്യക്തമാക്കുന്നത്. തെക്കേ അമേരിക്കയിലെ റെഡ് ഇന്ത്യൻ വംശജരിൽപ്പെട്ട ദീനെ ദിഞ്ജെ വർഗക്കാർക്ക് സംഖ്യാബോധം വളരെ കുറവാണത്രെ. അവർ ഒരു കൈയിലെ വിരലുകൾ ഉപയോഗിച്ച് എണ്ണുമ്പോൾ അഞ്ചു വിരലുകളും എണ്ണാനുപയോഗിക്കപ്പെട്ടാൽ ഒരു കൈ ചത്തു എന്നാണ് പറഞ്ഞിരുന്നത്. അങ്ങനെ രണ്ടു കൈയിലെ വിരലുകളും എണ്ണിക്കഴിഞ്ഞാൽ രണ്ടു കൈ ചത്തു എന്നു പറയും. പതിനഞ്ച് എണ്ണിക്കഴിയുമ്പോൾ രണ്ടു കൈയും ഒരു കാലും ചാവും.

ഇരുപത് എണ്ണിക്കഴിഞ്ഞാൽ കൈകാലുകൾ ചത്തു എന്നതിന് പകരം ഞാൻ ചത്തു എന്നു പറയും. ഇനി എണ്ണി നാൽപ്പതാകുമ്പോൾ രണ്ടു പേർ മരിച്ചു എന്നാകും!

ആഫ്രിക്കയിലെ ഹോട്ടൽടോട്ടുകാർക്ക് ഇപ്പോഴും ആറുവരെ മാത്രമേ സംഖ്യകൾ ഉള്ളുവത്രെ. ആറുകഴിഞ്ഞാൽ എല്ലാം 'വളരെ' അഥവാ 'ധാരാളം' ആണ്. എട്ടു മക്കളുള്ള ഒരു സ്ത്രീയോട് എത്ര മക്കളുണ്ടെന്ന് ചോദിച്ചാൽ ധാരാളം മക്കളുണ്ട് എന്ന് പറയും. വളരെ പുരാതനകാലം മുമ്പു തന്നെ ഭാരതീയർ പതിനേഴ് സ്ഥാനങ്ങൾ വരെയുള്ള സംഖ്യകൾ കൈകാര്യം ചെയ്തിരുന്നു എന്നത് ഇപ്പോഴും അത്ഭുതകരമായ ഒരു കാര്യമാണ്.

5

സംഖ്യാശാസ്ത്രവും സംഖ്യാസിദ്ധാന്തവും

ഗണിതശാസ്ത്രത്തിന്റെ അടിസ്ഥാനം സംഖ്യകളാണെന്ന് പറയാം. സംഖ്യകളെപ്പറ്റി പ്രതിപാദിക്കുന്ന രണ്ടുശാഖകളാണ് സംഖ്യാശാസ്ത്രവും (Numerology) സംഖ്യാസിദ്ധാന്തവും (Number Theory). ഇവ രണ്ടും പൊതുവെ സംഖ്യാഗണിതം എന്നറിയപ്പെടാറുണ്ട്.

ഗണിതശാസ്ത്രത്തിന്റെ ഒരു ശാഖയാണ് സംഖ്യാസിദ്ധാന്തമെങ്കിലും സംഖ്യാശാസ്ത്രത്തെ ഒരു ഗണിതശാസ്ത്രശാഖയായി അംഗീകരിച്ചിട്ടില്ല. ഒരു മനുഷ്യന്റെ വ്യക്തിത്വത്തെ അപഗ്രഥിക്കാനും ഭാവിപ്രവചനം നടത്താനും സംഖ്യകൾ എങ്ങനെ ഉപയോഗിക്കപ്പെടുത്താമെന്ന് സംഖ്യാശാസ്ത്രം വ്യക്തമാക്കുന്നു.

ഏകദേശം ആറാംനൂറ്റാണ്ടിൽ ഗ്രീസിലാണ് ആധുനിക സംഖ്യാശാസ്ത്രം ആരംഭിക്കുന്നത്. പക്ഷേ അതിന് ഏകദേശം ആയിരം വർഷങ്ങൾക്കുമുമ്പുതന്നെ ഗ്രീസിൽ പൈഥഗോറസ് സംഖ്യാസിദ്ധാന്തപരമായ ആശയങ്ങൾ മുന്നോട്ടു വെച്ചിരുന്നു. സംഖ്യകൾ ലോകം ഭരിക്കുന്നു എന്ന് വിശ്വസിച്ചിരുന്ന പൈഥഗോറസ് മനുഷ്യജീവിതത്തിന്റെ അനശ്വരതയിലും പുനർജന്മത്തിലും വിശ്വസിച്ചിരുന്നു. ഓരോ മനുഷ്യനും ഓരോ സംഖ്യയുണ്ടെന്നും ആ സംഖ്യ അവന്റെ സുഖദുഃഖങ്ങളെ സ്വാധീനിക്കുന്നു എന്നും അദ്ദേഹം വിശ്വസിച്ചിരുന്നു.

ഒറ്റ സംഖ്യകളെ അപേക്ഷിച്ച് ഇരട്ട സംഖ്യകൾ ശക്തരാണെന്നാണ് പൊതുവെയുള്ള വിശ്വാസം. അതിനാൽ ഇരട്ടസംഖ്യകൾ പുരുഷസംഖ്യകൾ എന്നറിയപ്പെടുന്നു. മൃദുസ്വഭാവമുള്ള ഒറ്റ സംഖ്യകൾ സ്ത്രീസംഖ്യകളായി അറിയപ്പെടുന്നു.

ഓരോരുത്തരിലും സ്വാധീനമുള്ള സംഖ്യ അഥവാ ഓരോരുത്തരുടെയും സംഖ്യ കണ്ടുപിടിക്കാൻ വ്യത്യസ്ത മാർഗങ്ങൾ സംഖ്യാശാ

സ്ത്രത്തിലുണ്ട്. ഓരോ മാർഗത്തിലും കിട്ടുന്ന സംഖ്യകളും വ്യത്യസ്തമാണ്. A = 1, B = 2, C = 3, D = 4 എന്നിങ്ങനെ തുടർച്ചയായി സംഖ്യകൾ നൽകുകയാണ് ഒരു രീതി. ഇങ്ങനെ 9 വരെ സംഖ്യകൾ നൽകിയാൽ ആവർത്തിക്കണം. അതായത് ഒരു അക്ഷരത്തിന് ഒരക്കസംഖ്യ മാത്രമേ ഉപയോഗിക്കാൻ പാടുള്ളൂ. ഇംഗ്ലീഷിൽ പേരെഴുതി, അതിന് സമാനമായ അക്കങ്ങൾ കണ്ടുപിടിച്ച് തുക കണ്ടുപിടിച്ചാണ് ഒരാളുടെ സംഖ്യ കണ്ടെത്തുന്നത്. ഈ തുകയും ഒരക്കം വരുന്നതുവരെ തുക കാണണം. ജനനത്തീയതിയിലെ സംഖ്യകൾ കൂടി പരിഗണിക്കുന്ന മറ്റൊരു രീതിയും പ്രചാരത്തിലുണ്ട്. ഇതു കൂടാതെ ചില പ്രത്യേക സംഖ്യകൾ ഭാഗ്യസംഖ്യകളായും മറ്റു ചില സംഖ്യകൾ നിർഭാഗ്യസംഖ്യകളായും വിശ്വസിക്കപ്പെടുന്നു. ഒരു മനുഷ്യന്റെ സംഖ്യ തന്നെ വ്യത്യസ്തമായതുകൊണ്ട്, ഇവ അടിസ്ഥാനമാക്കിയുള്ള പ്രവചനങ്ങൾക്കും വലിയ വിശ്വാസ്യത പോര എന്ന് നമുക്ക് മനസിലാക്കാം. അതിനാൽ ഇത് ഒരു കപടശാസ്ത്രം (psudo-science) ആയി മാത്രമേ കണക്കാക്കാൻ പറ്റൂ.

സംഖ്യയെപ്പറ്റി പ്രതിപാദിക്കുന്ന സംഖ്യാസിദ്ധാന്തം ഒരു ശാസ്ത്രശാഖയാണ്. ഈ ഭാഗം അങ്കഗണിതം എന്നും അറിയപ്പെടുന്നു. സംഖ്യകളെപ്പറ്റി പൊതുവെയും എണ്ണൽസംഖ്യകളെപ്പറ്റി പ്രത്യേകിച്ചും സംഖ്യാസിദ്ധാന്തം വിശദീകരിക്കുന്നു. സംഖ്യകളുടെ പ്രത്യേകതകൾ, ഘടകങ്ങൾ, ഘടങ്ങളാക്കൽ, ഉസഘ–ലസഗു, അഭാജ്യസംഖ്യകൾ, ഭിന്നസംഖ്യകൾ, അഭിന്നസംഖ്യകൾ, ശ്രേണികൾ എന്നിവയെല്ലാം സംഖ്യാസിദ്ധാന്തത്തിലാണ് ഉൾപ്പെടുന്നത്.

ഒരു ശാഖ വളരുമ്പോൾ അനേകശാഖകൾ രൂപപ്പെടുന്നത് സ്വാഭാവികമാണല്ലോ. സംഖ്യാസിദ്ധാന്തവും ഇപ്പോൾ അനേകം ശാഖകളായി വളർന്നിട്ടുണ്ട്. വിശ്ലേഷക സംഖ്യാസിദ്ധാന്തം (Analytic Number Theory) ബീജഗണിത സംഖ്യാസിദ്ധാന്തം (Algebraic Number Theory) കമ്പ്യൂട്ടേഷനൽ സംഖ്യാസിദ്ധാന്തം (Computational Number Theory) ക്ലാസിക് ഇന്ത്യൻ സംഖ്യാസിദ്ധാന്തം (Classic Indian Number Theory) ഇസ്ലാമിക് സംഖ്യാ സിദ്ധാന്തം (Islamic Number Theory) ആധുനിക സംഖ്യാ സിദ്ധാന്തം (Modern Number Theory) അഭാജ്യസംഖ്യാസിദ്ധാന്തം (Prime Number Theory) എന്നിവ ചില സംഖ്യാസിദ്ധാന്തശാഖകളാണ്.

6

സംഖ്യകളിൽ വലിയവർ

1, 2, 3, 4 ..... എന്നിങ്ങനെയുള്ള സംഖ്യകളാണ് നാം എണ്ണാൻ ഉപയോഗിക്കുന്നത്. എണ്ണാൻ ഉപയോഗിക്കുന്നതുകൊണ്ട് ഇവ എണ്ണൽ സംഖ്യകൾ എന്നാണ് അറിയപ്പെടുന്നത്. എണ്ണൽ സംഖ്യകളിൽ ഏറ്റവും ചെറുത് 1 ആണ്. ഏറ്റവും വലുത് നമുക്ക് കണക്കാക്കാനും പറ്റില്ല.

നാല്ഒന്നുകൾ ഉപയോഗിച്ച് ഉണ്ടാക്കാവുന്ന ഏറ്റവും വലിയ എണ്ണൽ സംഖ്യയേത് എന്ന് നമുക്ക് ചിന്തിക്കാം. നിങ്ങളിൽ ചിലരുടെയെങ്കിലും ഉത്തരം 1111 എന്നായിരിക്കും. ഗണിതശാസ്ത്രത്തിലെ കൃത്യങ്കത്തെപ്പറ്റി അറിയുന്നവർക്ക് മറ്റൊരു ഉത്തരം പറയാനുണ്ടാകും. 11^{11}– അത് 11 ഘാതം 11 എന്ന് വായിക്കണം. 11നെ 11 പ്രാവശ്യം ഗുണിച്ചാൽ കിട്ടുന്ന ഫലമായിരിക്കും ഇത്. 285311660611 എന്ന പന്ത്രണ്ടക്കമുള്ള ഒരു വലിയ സംഖ്യ ആയിരിക്കുമത്. നാല് ഒന്നുകൾ ഉപയോഗിച്ച് ഇത്രയും വലിയ ഒരു സംഖ്യ നിർമിക്കാൻ സാധിക്കുമെന്ന് പലരും വിശ്വസിക്കില്ല.

ഇനി നമുക്ക് നാല് രണ്ടുകളുടെ കാര്യമെടുക്കാം. നാല് രണ്ടുകൾ ഉപയോഗിച്ച് ഗണിത ശാസ്ത്ര ചിഹ്നങ്ങളുടെയൊന്നും സഹായമില്ലാതെ നമുക്ക് താഴെ കൊടുത്തിരിക്കുന്ന വ്യത്യസ്ത രീതികളിൽ എഴുതാം.

$2222,\ 222^2,\ 22^{22},\ 2^{222},\ 2^{2^{22}},\ 2^{22^2},\ 2^{2^{2^2}}$

ഇവയിൽ ഏതായിരിക്കും ഏറ്റവും വലുത്?

ആദ്യത്തെ രണ്ട് സംഖ്യകളെ നമുക്ക് എളുപ്പത്തിൽ താരതമ്യം ചെയ്യാം 222^2 എന്നത് $222 \times 222 = 49284$ ആണ്. രണ്ടാമത്തെ സംഖ്യയാണ് വലുത്. ഇനി 22^{22} കാണണം. അതായത് 22നെ 22 പ്രാവശ്യം ഗുണിക്കണം. ഇതത്ര എളുപ്പമുള്ള കാര്യമല്ല. മാത്രമല്ല, വലിപ്പച്ചെറുപ്പം

കണക്കാക്കുന്നതിന് കൃത്യമായ സംഖ്യ കാണണമെന്നുമില്ല. സംഖ്യയിലെ അക്കങ്ങളുടെ എണ്ണം കണക്കാക്കിയാൽ മതി സംഖ്യ ഏതായാലും ഒരു പത്തക്ക സംഖ്യ എല്ലായ്പ്പോഴും ഒമ്പതക്ക സംഖ്യയേക്കാൾ വലുതായിരിക്കുമല്ലോ.

22^{22} ലെ അക്കങ്ങളുടെ എണ്ണം കണ്ടുപിടിക്കാൻ നമുക്ക് ലോഗരിതം ഉപയോഗിക്കാം. 22^{22} ന്റെ ലോഗരിതം എടുക്കുമ്പോൾ $22 \log 22$ എന്ന് കിട്ടും. ഇത് $22(1.3432) = 29.5328$ ആയിരിക്കും. അപ്പോൾ 22^{22}ൽ 20 അക്കങ്ങൾ ഉണ്ടെന്ന് കാണാം.

ഇനി 2^{222} ന്റെ കാര്യം പരിഗണിക്കാം. ഇതിന്റെ ലോഗരിതമെടുക്കുമ്പോൾ $222 \log 2 = 222\ (0.3010) = 66.822$ എന്ന് കിട്ടും. അതായത് 2^{222} ൽ 67 അക്കങ്ങൾ ഉണ്ടെന്ന് കാണാം.

$2^{2^{22}}$ പരിഗണിക്കുമ്പോൾ ആദ്യം 2^{22},കണക്കാക്കാം. 2^{22}ന്റെ ലോഗരിതമെടുക്കുമ്പോൾ $22 \log 2 = 22\ (0.3010) = 6.622$ എന്ന് കിട്ടും. ഇത് ഏഴക്കമുള്ള 7938000 എന്ന ഒരു ഏകദേശ സംഖ്യ ആയിരിക്കും.

ഇനി നാം $2^{7938000}$ എന്ന സംഖ്യ പരിഗണിക്കണം. ഇതിന്റെ ലോഗരിതം കണക്കാക്കുമ്പോൾ $7938000 \log 2 = 7938000\ (0.3010) = 2389338$ ആയിരിക്കും. ഇതിന്റെ ഒന്ന് കൂടുതലുള്ള 2389339 അക്കങ്ങൾ $2^{2^{22}}$ ന് ഉണ്ടായിരിക്കും!

ഇനി പരിഗണിക്കേണ്ടത് 2^{22^2} ആണ്. ആദ്യം 22^2കാണുക. ഇത് 484 ആണ്. അപ്പോൾ 2^{22^2} എന്നത് 2^{484} ആയിരിക്കും. ലോഗരിതം എടുക്കുമ്പോൾ $484 \log 2 = 484\ (0.3010) = 145.684$ അതായത് 2^{22^2}ൽ 146 അക്കങ്ങൾ ഉണ്ടായിരിക്കും.

അവസാനമായി $2^{2^{2^{2}}}$ എന്നത് $2^{2^4} = 2^{16} = 4096$ ആയിരിക്കും.

ഇവയിൽ നിന്നും $2^{2^{22}}$,ആയിരിക്കും നാല് രണ്ടുകൾ ഉപയോഗിച്ച് ഗണിത ചിഹ്നങ്ങൾ ആശ്രയിക്കാതെ നിർമിക്കാൻ സാധിക്കുന്ന ഏറ്റവും വലിയ സംഖ്യ എന്ന് കാണാം.

ഇതേരീതിയിൽ മുന്നോട്ട് പോകുമ്പോൾ അനേകം ചോദ്യങ്ങൾ നമ്മുടെ മുന്നിലെത്തും. നാല് മൂന്നുകൾ ഉപയോഗിച്ച് ഗണിതചിഹ്നങ്ങൾ ഉപയോഗിക്കാതെ നിർമിക്കാൻ സാധിക്കുന്ന സംഖ്യയേത്? നാല് നാലുകൾ ഉപയോഗിച്ച്, അഞ്ചു നാലുകൾ ഉപയോഗിച്ച്, അഞ്ച് അഞ്ചുകൾ ഉപയോഗിച്ച്... എന്നിങ്ങനെ അനേകം പ്രശ്നങ്ങൾ. അത്തരം പ്രശ്നങ്ങൾ സ്വയം നിർമിക്കുകയും ഉത്തരം കണ്ടെത്തുകയും ചെയ്യുന്നത് നിങ്ങളുടെ വിശ്രമവേളകളിലെ വിനോദമാവട്ടെ.

7

ഏഴിന്റെ അഴക്

പ്രകൃതിയിലെ മിക്കവാറും എല്ലാ വസ്തുക്കൾക്കും സൗന്ദര്യമുണ്ടെന്ന് പറയാം. ഇവയിൽ ഏറ്റവും സൗന്ദര്യമുള്ള വസ്തു ഏതാണ് എന്ന് ചോദ്യമുണ്ടാവുമ്പോൾ നമ്മുടെ ശ്രദ്ധ എത്തുന്നത് മഴവില്ലിലാണ്. ഏഴ് നിറങ്ങളുള്ള മഴവില്ലിൽ.

മഴവില്ലിൽ മാത്രമല്ല ഏഴുള്ളത്. സപ്തസ്വരങ്ങളിൽ ഏഴ് കാണാം. ലോകാത്ഭുതങ്ങൾ ഇടയ്ക്കിടക്ക് മാറിക്കൊണ്ടിരിക്കുന്നുവെങ്കിലും എപ്പോഴും എണ്ണം ഏഴ് തന്നെ.

വളരെ പ്രാചീനകാലം മുതൽക്കുതന്നെ ജനസമൂഹം ഏഴിന് വളരെയധികം പ്രാധാന്യം നൽകിക്കാണുന്നു. നമുക്ക് ആഴ്ച ഏഴു ദിവസമാണ്. ഭൂമിയിൽ ഏഴു സമുദ്രങ്ങളും ഏഴ് വൻകരകളും ഏഴ് പർവതകങ്ങളും ഏഴ് നദികളുമാണുള്ളത്. ഏഴ് കുതിരകളെ പൂട്ടിയിട്ടുള്ള രഥത്തിലാണത്രെ സൂര്യന്റെ എഴുന്നള്ളത്ത്. നമുക്ക് സപ്തർഷികളും സപ്ത മാതൃക്കളുമാണുള്ളത്. പുരാണഗ്രന്ഥങ്ങൾ ഏഴ് ദിവസങ്ങൾകൊണ്ട് വായിച്ചുതീർക്കുന്നത് പുണ്യമായി കരുതുന്നു. ഇത് സപ്താഹം എന്നറിയപ്പെടുന്നു.

ഭാരതീയ ജ്യോതിഷപ്രകാരം ഏഴാംഭാവം ഭാര്യയാണ്. ഏഴു പത്താണ്ടുകൾ പൂർത്തിയാക്കുമ്പോൾ നാം സപ്തതി ആഘോഷിക്കുന്നു. നമുക്ക് ഏഴ് നാഡികളാണത്രെ ഉള്ളത്.

ഓരോ മതവിഭാഗവും സംഖ്യകൾക്ക് ഭാഗ്യനിർഭാഗ്യങ്ങൾ പ്രാചീനകാലത്തുതന്നെ ആരോപിച്ചിരുന്നു. മിക്ക മതസമൂഹങ്ങളും ഏഴ് ഒരു ഭാഗ്യസംഖ്യയായിട്ടാണ് പരിഗണിക്കുന്നത്. മതപരമായ പല ചടങ്ങുകൾക്കും ഏഴ് എന്ന സംഖ്യ ഉപയോഗിക്കുന്നതായി കാണാം.

ഗണിതശാസ്ത്രപരമായി ഏഴിന് വളരെയധികം പ്രാധാന്യമുണ്ട്.

ഗണിതശാസ്ത്രത്തിന്റെ പിതാവായി കരുതപ്പെടുന്ന പൈഥഗോറസ് ലോകം സംഖ്യാമയമാണെന്നും സംഖ്യകൾ ലോകം ഭരിക്കുന്നു എന്നും അഭിപ്രായപ്പെട്ടിരുന്നു. ഏറ്റവും ചെറിയ എണ്ണം വശങ്ങളുള്ള ബഹുഭുജം ത്രികോണമാണ്. പൈഥഗോറസ് സിദ്ധാന്തം ത്രികോണവും സമചതുരവും ബന്ധപ്പെടുത്തിയാണ് രൂപീകരിച്ചിട്ടുള്ളത്. ത്രികോണത്തിന്റെയും സമചതുരത്തിന്റെയും ആകെ കോണുകളുടെ തുക ഏഴ് ആയതിനാൽ പൈഥഗോറിയന്മാർ ഏഴിന് വലിയ പ്രാധാന്യം നൽകുകയുണ്ടായി.

ഏഴിന്റെ ഗണിതശാസ്ത്രപരമായ ചില പ്രത്യേകതകൾ നോക്കൂ:

1. ഏഴ് എന്നത് ഒരു ഒറ്റസംഖ്യയാണ്.

2. ഏഴ് ഒരു അഭാജ്യസംഖ്യയാണ്.

3. രണ്ട് അഭാജ്യസംഖ്യകളുടെ തുകയായി എഴുതാവുന്ന ഏറ്റവും ചെറിയ അഭാജ്യ സംഖ്യകളിൽ രണ്ടാമത്തേതാണ് ഏഴ്. $5+2 = 7$

4. 3, 5, 7 എന്നിവ മാത്രമാണ് അനുക്രമമായ മൂന്ന് ഒറ്റ അഭാജ്യ സംഖ്യകൾ.

5. ഏതൊരു ഒറ്റസംഖ്യയെയും പോലെ ഏഴിനെയും രണ്ട് വർഗ ങ്ങളുടെ വ്യത്യാസമായി എഴുതാം. $7=4^2-3^2$

6. രണ്ട് ക്യൂബുകളുടെ വ്യത്യാസമായും 7ന് എഴുതാം. 2^3-1^3

7. മൂന്ന് ഏഴുകൾ മാത്രമുപയോഗിച്ച് അംഗീകരിക്കപ്പെട്ട ഗണിത ചിഹ്നങ്ങളുടെ സഹായത്തോടെ ഒരുകോടി എന്ന സംഖ്യയെ എഴുതാം. $(7/.7)^7$.

8. ഏഴിന്റെ വ്യുൽക്രമമമായ 1/7 നും ധാരാളം അത്ഭുകരമായ പ്രത്യേകതകളുണ്ട്.

a. ദശാംശ ഭാഗത്ത് ഒരു കൂട്ടം സംഖ്യകൾ ക്രമമായി അനന്തമായി ആവർത്തിക്കുന്ന ഏറ്റവും ചെറിയ സംഖ്യയാണ് 1/7. ഈ ആവർത്തിക്കുന്ന കൂട്ടം അക്കങ്ങൾ 1 4 2 8 5 7 എന്നിവയാണ്. ഈ കൂട്ടം അക്കങ്ങളും ഏഴുമായി ബന്ധപ്പെട്ടിരിക്കുന്നു.

b. 142857എന്ന സംഖ്യയെ 2, 3, 4, 5, 6 എന്നീ അക്കങ്ങൾ കൊണ്ട് ഗുണിക്കുമ്പോൾ ഇതേ അക്കങ്ങൾതന്നെ ക്രമമായി വരുന്നു.

c. 142857 നെ 7 കൊണ്ട് ഗുണിക്കുമ്പോൾ 9 മാത്രം ആവർത്തിക്കുന്ന ഒരു സംഖ്യ ലഭിക്കുന്നു. മറ്റ് ധാരാളം പ്രത്യേകതകളും ഏഴിനും ഇതിന്റെ വ്യുൽക്രമത്തിനും കാണാം.

അഴകിന്റെ ഏറ്റവും വലിയ അളവ് ഏഴാണെന്ന് തോന്നുന്നു. അതുകൊണ്ടാണല്ലോ ഒരു കവി ഇങ്ങനെ പാടിയത്. "എഴുതാൻ വൈകിയ ചിത്രകഥയിലെ, ഏഴഴകുള്ളൊരു നായിക നീ." അഴകിന്റെ പൂർണത ഏഴല്ലെങ്കിലും ഏഴ് അഴകുള്ള സംഖ്യതന്നെ.

8

അടുത്ത സംഖ്യ

അഞ്ചു ബോളുകൾ ഒരു വരിയിൽ ക്രമമായി വച്ചിരിക്കുന്നു എന്ന് കരുതുക. ഇവയെ പ്രത്യേകം പ്രത്യേകം തിരിച്ചറിയാൻ ഇവയ്ക്ക് ക്രമത്തിൽ A, B, C, D, E എന്നിങ്ങനെ പേർ നൽകാം. ഒരുവശത്തുനിന്ന് നോക്കുമ്പോൾ ബോളുകളുടെ ക്രമം A, B, C, D, E എന്നിങ്ങനെ ആയിരിക്കുമെങ്കിലും മറ്റൊരു വശത്തുനിന്ന് നോക്കുമ്പോൾ ബോളുകളുടെ ക്രമം E, D, C, B A എന്നായിരിക്കും.

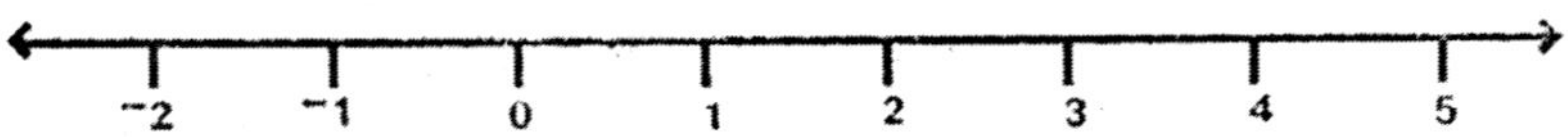

C എന്ന ബോളിന്റെ അടുത്ത ബോൾ ഏതായിരിക്കും? D എന്നതുപോലെതന്നെ B യും ശരിയായിരിക്കുമെന്ന് കാണാം. കാരണം ഇവ രണ്ടും C യിൽനിന്ന് തുല്യ അകലത്തിലായിരിക്കും സ്ഥിതി ചെയ്യുന്നത്.

ഇനി നമുക്ക് സംഖ്യകളുടെ കാര്യം പരിഗണിക്കാം 4 എന്ന സംഖ്യയുടെ അടുത്ത സംഖ്യ ഏതായിരിക്കും? സ്വാഭാവികമായും 5 എന്ന ഉത്തരമാണ് മിക്കവർക്കുമുള്ളത്.

എന്നാൽ സംഖ്യകൾ സംഖ്യാരേഖയിൽ തുല്യ അകലത്തിൽ ക്രമീകരിച്ചിരിക്കുന്നു എന്നു നമുക്കറിയാം.

നാലിന്റെ അടുത്ത സംഖ്യ 5 എന്നതുപോലെതന്നെ ശരിയാണ് 3 എന്ന സംഖ്യയും. 3, 5 എന്നീ സംഖ്യകൾ 4 ൽ നിന്ന് തുല്യ അകലത്തി

ലാണ് സ്ഥിതി ചെയ്യുന്നത്. പക്ഷേ നാം 1, 2, 3, 4 എന്നിങ്ങനെ എണ്ണി ശീലിച്ചതുകൊണ്ട് നാലിന്റെ അടുത്തസംഖ്യയായി 5 നെ മാത്രം പരിഗണിക്കുന്നു.

1, 2, 3, 4 എന്നിങ്ങനെയുള്ള എണ്ണൽ സംഖ്യകളെ മാത്രമാണ് നാം സംഖ്യകളായി പൊതുവെ പരിഗണിക്കാറുള്ളത്. സംഖ്യ എന്നാൽ എണ്ണൽ സംഖ്യ മാത്രമല്ല, ദശാംശ സംഖ്യകൾ, ഭിന്നകങ്ങൾ, അഭിന്നകങ്ങൾ തുടങ്ങി അനേക ഇനം സംഖ്യകളുണ്ട്. നമുക്ക് ഒരു ദശാംശ സംഖ്യ പരിഗണിച്ച് അതിന്റെ അടുത്ത സംഖ്യ ഏതെന്ന് കണ്ടുപിടിക്കാൻ ശ്രമിക്കാം.

ഉദാഹരണമായി 0.4 എന്ന സംഖ്യയുടെ അടുത്ത സംഖ്യ ഏത് എന്ന് കണ്ടുപിടിക്കണമെന്നിരിക്കട്ടെ. നാം നേരത്തെ പരിഗണിച്ചതുപോലെ രണ്ടുവശത്തും ഉള്ള സംഖ്യകൾ പരിഗണിക്കണമെന്നില്ല. 0.4 നേക്കാൾ കൂടുതലുള്ള സംഖ്യമാത്രം പരിഗണിച്ചാൽ മതി.

0.4 നേക്കാൾ വലിയ 0.4 ന്റെ അടുത്ത സംഖ്യ 0.5 ആയിരിക്കുമോ? തീർച്ചയായും അല്ല 0.41 എന്ന സംഖ്യ 0.5 നേക്കാൾ അടുത്തതാണ്. ഇതിനേക്കാൾ അടുത്തുള്ളതാണ്. 0.401. ഇതിനേക്കാൾ അടുത്തുള്ളതാണ് 0.4001.

ഇങ്ങനെ കണക്കാക്കുമ്പോൾ 0.4 ന് അടുത്തായി ലക്ഷക്കണക്കിന് സംഖ്യകൾ കാണാം. യഥാർഥത്തിൽ 0.4 ന് തൊട്ടടുത്ത് വരുന്ന ഒരു സംഖ്യ നമുക്ക് കണ്ടുപിടിക്കാൻ സാധ്യമല്ല എന്ന് വരുന്നു. ചുരുക്കത്തിൽ ഇത്തരം ഏത് സംഖ്യയുടെയും അടുത്ത സംഖ്യ കണ്ടുപിടിക്കാൻ സാധ്യമല്ല.

9

രാമാനുജൻ സംഖ്യയുടെ വിസ്മയങ്ങൾ

ആധുനിക ഭാരതത്തിലെ ഏറ്റവും പ്രശസ്തമായ ഗണിത ശാസ്ത്രജ്ഞൻ ശ്രീനിവാസ രാമാനുജന്റെ പേരിൽ അറിയപ്പെടുന്ന സംഖ്യയാണല്ലോ 1729. രാമാനുജൻ ഇംഗ്ലണ്ടിലായിരുന്നപ്പോൾ ഒരുദിവസം അദ്ദേഹത്തെ സന്ദർശിക്കാനായി സുഹൃത്ത് ജി എച്ച് ഹാർഡി ചെല്ലുകയുണ്ടായി. അപ്പോൾ രാമാനുജൻ കിടപ്പിലായിരുന്നു. തന്റെ കാറിലെ നമ്പർ നിർഭാഗ്യ സംഖ്യയായതിനാലാണ് രാമാനുജനെ രോഗിയായി കാണാനിടവന്നതെന്ന നിലയ്ക്കുണ്ടായ സംഭാഷണം വളരെ പ്രശസ്തമാണ്. 1729 ഒരു നിർഭാഗ്യസംഖ്യ അല്ലെന്നും ഏറ്റവും രസകരമായ സംഖ്യകളിലൊന്നാണെന്നും രാമാനുജൻ അഭിപ്രായപ്പെടുകയുണ്ടായി. അതിന് അദ്ദേഹം ചൂണ്ടിക്കാണിച്ച കാര്യം 1729 എന്ന സംഖ്യ രണ്ട് ഘനസംഖ്യ (cube) കളുടെ തുകയായി രണ്ടു വിധത്തിൽ എഴുതാവുന്ന ഏറ്റവും ചെറിയ സംഖ്യയാണ് എന്നതാണ്.

അതായത് $1729 = 10^3 + 9^3 = 12^3 + 1^3$

സംഖ്യകളുടെ പ്രത്യേകതകളെക്കുറിച്ചുള്ള രാമാനുജന്റെ അറിവ് ഈ ഒറ്റ ഒരു സംഭാഷണത്തിൽനിന്നുതന്നെ നമുക്ക് വ്യക്തമാകും.

1729 ന് ഈ ഒരു പ്രത്യേകത മാത്രമല്ല ഉള്ളത്. മറ്റ് അനേകം രസകരങ്ങളായ പ്രത്യേകതകളുമുണ്ട്. അത്തരം ചില പ്രത്യേകതകൾ നമുക്ക് ശ്രദ്ധിക്കാം.

1. 1729നെ ക്യൂബുകളുടെ തുകയായി മറ്റു രീതികളിലും എഴുതാം.

1. $1729 = 1^3 + 6^3 + 8^3 + 10^3$

2. $1729 = 1^3 + 3^3 + 4^3 + 4^3 + 8^3 + 10^3$

2. വിവിധ കൃതികളിലുള്ള വിവിധ സംഖ്യകളുടെ തുകയായി പലവിധത്തിൽ എഴുതാം.

1 $1729 = 10^3 + 2^3 + 10^3 + 25^3$

2 $1729 = 2^0 + 2^6 + 2^7 + 2^9 + 2^{10}$

3 $1729 = 1^0 + 2^1 + 2^2 + 3^2 + 4^3 + 5^4 + 2^{10}$

4 $1729 = 1^0 + 2^1 + 2^2 + 3^2 + 4^3 + 4^5 + 5^4$

5 $1729 = 3^0 + 3^3 + 3^5 + 3^6 + 3^6$

3. 1729നെ രണ്ട് വർഗങ്ങളുടെ വ്യത്യാസമായി നാല് വിധത്തിൽ എഴുതാം.

1. $1729 = 73^2 - 60^2$

2 $1729 = 55^2 - 36^2$

3 $1729 = 127^2 - 120^2$

4 $1729 = 865^2 - 864^2$

4. ഏതാനും വർഗങ്ങളുടെ തുകയായി ആറ് വിധത്തിലെങ്കിലും എഴുതാം.

1. $1729 = 8^2 + 12^2 + 39^2$

2. $1729 = 2^2 + 8^2 + 10^2 + 40^2$

3. $1729 = 2^2 + 3^2 + 4^2 + 16^2 + 38^2$

4. $1729 = 1^2 + 2^2 + 3^2 + 4^2 + 15^2 + 37^2$

5. $1729 = 1^2 + 3^2 + 5^2 + 7^2 + 9^2 + 10^2 + 11^2 + 12^2 + 13^2 + 14^2 + 15^2 + 16^2 + 17^2$

6. $1729 = 1^2 + 2^2 + 4^2 + 7^2 + 8^2 + 9^2 + 10^2 + 11^2 + 12^2 + 13^2 + 14^2 + 28^2$

5. 1729 എന്ന സംഖ്യ മൂന്ന് അഭാജ്യസംഖ്യകളുടെ ഗുണനഫലമാണ്.

7 X 13 X 19

ഇതിലെ 13 എന്ന സംഖ്യ നിർഭാഗ്യസംഖ്യയായി അറിയപ്പെടുന്നതുകൊണ്ടാണ് 13ന്റെ ഗുണിതമായ 1729ഉം ഒരു നിർഭാഗ്യസംഖ്യയാണെന്ന് ജി എച്ച് ഹാർഡി അഭിപ്രായപ്പെട്ടത്.

6. 1729ൽ 17, 29 എന്നിവ അഭാജ്യസംഖ്യകളാണ്.

7. $1729 = 12^3 + 1^3 = 10^3 + 9^3$ ആണല്ലോ. ഇതിൽ 12 + 1 = 13. 10 + 9 = 19 എന്നിവയും അഭാജ്യങ്ങളാണ്.

8. 1729 ലെ അക്കങ്ങളുടെ തുക 1 + 7 + 2 + = 19 എന്നതും 1729 ന്റെ ഘടകങ്ങളാണ്.

9. 1729 = 19 X 91 ആണല്ലോ. 19 X 91 എന്നത് ഒരു പാലിൻ ഡ്രോമികമാണ്. അതായത് ഇടത്തോട്ടും വലത്തോട്ടും ഒരേ സംഖ്യ തരുന്നു.

10. രണ്ട് ക്യൂബുകളുടെ തുകയായി രണ്ടു വ്യത്യസ്തരീതികളിൽ എഴുതാവുന്ന ഏറ്റവും ചെറിയ സംഖ്യയാണല്ലോ 1729. മറ്റ് സംഖ്യകൾ ഏതെല്ലാമെന്നതും ശ്രദ്ധേയമാണ്. ചില സംഖ്യകൾ താഴെ കൊടുക്കുന്നു.

1. $4104 = 2^3 + 16^2 = 9^3 + 15^3$

2. $20683 = 10^3 + 27^3 = 19^3 + 24^3$
3. $39312 = 2^3 + 34^3 = 15^3 + 33^3$
4. $40033 = 9^3 + 34^3 = 16^3 + 33^3$
5. $64232 = 17^3 + 39^3 = 26^3 + 36^3$

11. രാമാനുജൻ സംഖ്യയിൽ 1, 7, 2, 9 എന്നീ അക്കങ്ങൾ ഒരുതവണ മാത്രം ഉപയോഗിച്ച് അക്കങ്ങൾ ഒഴിവാക്കാതെ, അംഗീകരിക്കപ്പെട്ട ഗണിതശാസ്ത്ര ചിഹ്നങ്ങൾ ഉപയോഗിച്ച് 1 മുതൽ 100 വരെ സംഖ്യ കളെ എഴുതാൻ കഴിയും. മാത്രമല്ല മിക്ക സംഖ്യകളിലും 1, 7, 2 9 എന്നിവ ഇതേ ക്രമത്തിൽ വരുന്നതായി കാണാം.

ഇനിയും ഇത്തരം രസകരമായ അനേകം കാര്യങ്ങൾ രാമാനുജൻ സംഖ്യയെപ്പറ്റി കണ്ടുപിടിക്കാൻ സാധിക്കും.

10

പൈഥഗോറിയൻ സംഖ്യാത്രയങ്ങൾ

ജ്യാമിതിയിലെ ഏറ്റവും പ്രധാനപ്പെട്ട സിദ്ധാന്തങ്ങളിലൊന്നാണ് പൈഥഗോറസ് സിദ്ധാന്തം. ഒരു മട്ടത്രികോണത്തിന്റെ പാദവർഗത്തിന്റെയും ലംബവർഗത്തിന്റെയും തുക കർണവർഗമായിരിക്കുമെന്ന് ഈ സിദ്ധാന്തം വ്യക്തമാക്കുന്നു. ഒരു മട്ടത്രികോണത്തിന്റെ പാദം a യും ഉന്നതി b യും കർണം c യും ആയാൽ $a^2 + b^2 + c^2$ ആയിരിക്കും.

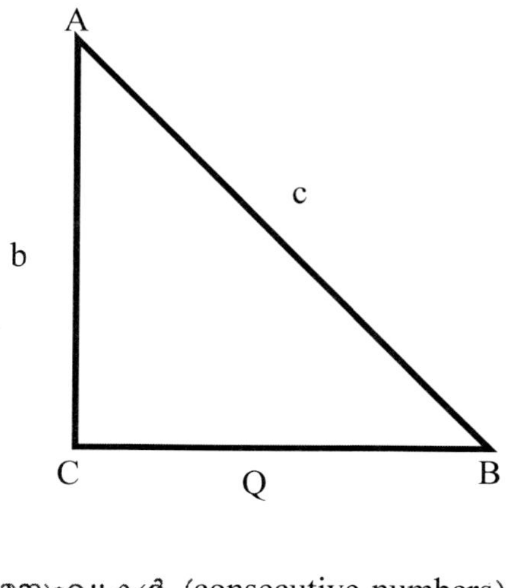

a, b, c എന്നിവ മൂന്ന് പൂർണസംഖ്യകളും $a^2 + b^2 + c^2$ ആയാൽ a, b, c എന്നിവ പൈഥഗോറിയൻ സംഖ്യാത്രയങ്ങൾ (py thagoren triplets) എന്നറിയപ്പെടുന്നു. (3, 4, 5) എന്നീ സംഖ്യകളാണ് ഏറ്റവും ചെറിയ പൈഥഗോറിയൻ സംഖ്യാത്രയം. ഇവ അനുക്രമസംഖ്യകൾ (consecutive numbers) കൂടിയാണ് അനുക്രമസംഖ്യകളായ ഏക സംഖ്യോത്രയമാണിത്.

പൈഥഗോറിയൻ സംഖ്യാത്രയങ്ങൾ സഹസ്രാബ്ദങ്ങൾക്കു മുമ്പു തന്നെ ഗണിത പ്രേമികളെ ആകർഷിച്ചിരുന്നു. വളരെയധികം രസകര

മായ ഒരു കൂട്ടം സംഖ്യകളാണിവ.

വിവിധ പൈഥഗോറിയൻ സംഖ്യകൾ കണ്ടുപിടിക്കുന്നതിന് ധാരാളം രീതികൾ ആവിഷ്കരിക്കപ്പെട്ടിട്ടുണ്ട്. പൈഥഗോറസ് സിദ്ധാന്തം പൈഥഗോറസിന്റെ പേരിലാണ് അറിയപ്പെടുന്നതെങ്കിലും അദ്ദേഹം ജനിക്കുന്നതിന് അഞ്ഞൂറ് വർഷം മുമ്പെങ്കിലും ഈജിപ്തുകാർക്കും ചൈനാക്കാർക്കും ഇന്ത്യാക്കാർക്കും ഇത് അറിയാമായിരുന്നു.

സുമാർ 2500 വർഷങ്ങൾക്ക് മുമ്പ് പൈഥഗോറസ് ഇത്തരം സംഖ്യകൾ കണ്ടെത്തുന്നതിന് ഒരു രീതി ആവിഷ്കരിച്ചിരുന്നു. n ഒരു ഒറ്റ സംഖ്യയായാൽ $(n^2-1)/2, n, (n^2-1)/2$ എന്നിവ പൈഥഗോറിയൻ സംഖ്യാത്രയമായിരിക്കുമെന്ന് അദ്ദേഹം കണ്ടുപിടിച്ചിരുന്നു. ഉദാഹരണമായി $n = 5$ ആയാൽ $(n^2-1)/2 = 12$ $(n^2-1)/2=13$ എന്നു കിട്ടും. 5, 12, 13 എന്നിവ ഇത്തരം സംഖ്യകളായിരിക്കും.

ക്രിസ്തുവിനുമുമ്പ് (429 – 348) ജീവിച്ചിരുന്ന പ്ലേറ്റോ n നാലിന്റെ ഒരു ഗുണിതമായാൽ $n, n^2 -1, n^2 + 1$ എന്നിവ ഇത്തരം സംഖ്യകളായിരിക്കുമെന്ന് പ്രസ്താവിച്ചു. ഉദാഹരണമായി $n = 8$ ആയാൽ $\frac{n^2}{4}$, അതായത് 8, 15, 17 എന്നിവ പൈഥഗോറിയൻ സംഖ്യാത്രയങ്ങളായിരിക്കും.

ക്രിസ്തുവിന് മുമ്പ് നാലാം നൂറ്റാണ്ടിൽ ജീവിച്ചിരുന്ന യൂക്ലിഡും ഇത്തരം സംഖ്യകൾ കണ്ടെത്തുന്നതിന് മാർഗം ആവിഷ്കരിച്ചിരുന്നു. m, n എന്ന രണ്ട് സംഖ്യകൾ രണ്ടും ഇരട്ടയോ ഒറ്റയോ ആയിരിക്കും, ഇവയുടെ ഗുണനഫലം ഒരു പൂർണവർഗമാകുകയും, ഏറ്റവും കുറഞ്ഞ വില ആവുകയും ചെയ്താൽ $\sqrt{mn}$, $\frac{m - n}{2}$, $\frac{m + n}{2}$ എന്നിവ പൈഥഗോറിയൻ സംഖ്യകളായിരിക്കും.

$m = 8, n = 2$ ആയാൽ $\sqrt{mn} = 4$

$$\frac{m - n}{2} = 3, \quad \frac{m + n}{2} = 5$$

3, 4, 5 എന്നിവ ഇത്തരം സംഖ്യകളാണല്ലോ.

ഭാരതീയ ശാസ്ത്രജ്ഞന്മാരായ മഹാവീരനും ഭാസ്കരനും $(m^2-n^2, 2mn, m^2+n^2)$ എന്ന രീതിയിൽ ഇത്തരം സംഖ്യകൾ കണ്ടെത്താമെന്ന് കണ്ടുപിടിച്ചു. $m = 5, n = 3$ ആയാൽ $m^2-n^2= 25 - 9 = 16$, $2mn = 2 \times 5 \times 3 =30$, $m^2+n^2 = 25 + 9 = 34$ എന്നിവ പൈഥഗോറിയൻ സംഖ്യകളായിരിക്കും. ഇവിടെ m എന്ന സംഖ്യ n നേക്കാൾ വലുതായിരിക്കണം. പതിനാറാം നൂറ്റാണ്ടിൽ ജീവിച്ചിരുന്ന മെർസെന്നെ (Mersenne) $m, m^2-n^2/2n, m^2+n^2/2n$ എന്നിവ ഇത്തരം സംഖ്യകൾ തരുമെന്ന് കണ്ടുപിടിച്ചു. m' nഎന്നിവ രണ്ടും ഇരട്ടയോ ഒറ്റയോ ആയിരിക്കണം. $(m^2+n^2)/$

2n പൂർണസംഖ്യയായിരിക്കണം. m nനേക്കാൾ വലുതായിരിക്കണം. എന്നീ നിബന്ധനകളാണ് അദ്ദേഹം വെച്ചത്. പൈഥഗോറിയൻ സംഖ്യാത്രയങ്ങളുടെ രസകരമായ ചില പ്രത്യേകതകൾ കൂടി നമുക്ക് പഠിക്കാം.

* * * *

a b, c എന്നിവ പൂർണസംഖ്യകളും ഒരു മട്ടത്രികോണത്തിന്റെ വശങ്ങളും ആയ (c = കർണം) സംഖ്യകളാണല്ലോ പൈഥഗോറിയൻ സംഖ്യാത്രയങ്ങൾ. രസകരമായ അനേകം പ്രത്യേകതകളുള്ള ഇവയുടെ ചില പ്രത്യേകതകൾ നമുക്ക് ശ്രദ്ധിക്കാം.

1. പൈഥഗോറിയൻ സംഖ്യാത്രയത്തിലെ ഒരു പൂർണസംഖ്യ തന്നാൽ മറ്റു രണ്ട് പൂർണസംഖ്യകൾ എത്രയുണ്ടെന്നോ, അവ എങ്ങനെ കണ്ടുപിടിക്കുമെന്നോ ഇതുവരെ കണ്ടുപിടിക്കപ്പെട്ടില്ല. ഒരു പൈഥഗോറിയൻ സംഖ്യാത്രയത്തിലെ ഒരു സംഖ്യ 120 ആകുന്ന 23 സംഖ്യാത്രയങ്ങൾ താഴെ കൊടുക്കുന്നു.

(22, 120, 122), (35, 120, 125), (64, 120, 136), (27, 120, 123), (50, 120, 130), (90, 120, 150), (72, 96, 120), (120, 126, 174), (120, 225, 255), (120, 152, 218), (120, 350, 470) , (119, 120, 169), (120, 442, 458), (120, 3599, 3601), (120, 1197, 1203), (120, 715, 725), (120, 160, 200), (120, 209, 241), (120, 285, 312), (120, 594, 606), (120, 391, 409), (120, 896, 904), (120, 1798, 1802) ഒരുവശം 120 ആയ എത്ര മട്ടത്രികോണങ്ങൾ ഉണ്ടെന്ന് നിർണയിക്കുക അസാധ്യമാണ്.

2. പൈഥഗോറിയൻ സംഖ്യാത്രയങ്ങൾ ഒരിക്കലും ജ്യാമിതീയ പ്രോഗ്രഷനിലോ ഹാർമോണിക്ക് പ്രോഗ്രഷനിലോ ഉള്ളവയായിരിക്കില്ല.

3. മട്ടത്രികോണത്തിന്റെ വിസ്തീർണവും ചുറ്റളവും സംഖ്യാപരമായി തുല്യമാകുന്ന രണ്ട് മട്ടത്രികോണങ്ങൾ മാത്രമേയുള്ളൂ (6, 8, 10), (5, 12, 13) എന്നീ അളവുകളുള്ള ത്രികോണങ്ങൾ മാത്രം.

4. ഒന്നുമുതൽ ഒമ്പതുവരെയുള്ള എല്ലാ അക്കങ്ങളും ഒരു പ്രാവശ്യം മാത്രമുള്ള സംഖ്യ വിസ്തീർണമായിട്ടുള്ള മട്ടത്രികോണത്തിന്റെ വശങ്ങൾ താഴെകൊടുത്തിരിക്കുന്ന സംഖ്യാത്രയങ്ങൾ ആയിരിക്കും.

a. 18837, 17284, 25565
വിസ്തീർണം = 162789354

b. 26767, 68544, 73585
വിസ്തീർണം = 917358524

5. പൂജ്യംമുതൽ ഒമ്പതുവരെയുള്ള എല്ലാ അക്കങ്ങളും ഒരു പ്രാവശ്യം മാത്രം ഉള്ള സംഖ്യ വിസ്തീർണമായി വരുന്ന മട്ടത്രികോണങ്ങളുടെ വശങ്ങളായി വരുന്ന പൈഥഗോറിയൻ സംഖ്യാത്രയങ്ങൾ താഴെ കൊടുക്കുന്നു.

a. 443531, 6660, 443531
വിസ്തീർണം = 1476958230

b. 86995, 226548, 242677
വിസ്തീർണം = 9854271630

6. പാദവും ലംബവും അടുത്തടുത്ത സംഖ്യകൾ വരുന്ന ചില സംഖ്യാത്രയങ്ങൾ താഴെ കൊടുക്കുന്നു.

a. 20, 21, 29
b. 696, 697, 985
c. 23660, 23661, 33461
d 119. 120, 169
e. 4059, 4060, 5741

7. ഒരുവശവും കർണവും അടുത്തടുത്ത സംഖ്യകളായുള്ള ചില സംഖ്യാത്രയങ്ങൾ താഴെ കൊടുക്കുന്നു.

a. 3, 4, 5
b. 5, 12, 13
c. 7, 24, 25
d. 21, 220, 221
e. 201, 20200, 20201
f. 2001, 200, 2000, 200, 20001
g. 20001, 2000, 20000, 200, 20001

8. ഒരുവശം ഒറ്റസംഖ്യയും പൂർണവർഗവുമായ സംഖ്യാത്രയങ്ങൾ

a. 9, 40, 41
b. 225, 272, 353
c. 1225, 888, 1513
d. 3969, 2080, 4481

9. ഒരുവശം ഇരട്ട പൂർണവർഗമായ ചില സംഖ്യാത്രയങ്ങൾ താഴെ കൊടുക്കുന്നു.

a. 4, 3, 5
b. 36, 77, 85
c. 64, 1023, 1025
d. 100, 621, 629
e. 144, 17, 145

10. കർണം പൂർണവർഗമായ ചില സംഖ്യാത്രയങ്ങൾ

a. 7, 24, 25
b. 119, 120, 169
c. 2016, 3713, 4225
d. 2047, 3696, 4225
e. 2184, 6887, 7225

11. ചുറ്റളവ് ഒരു പൂർണവർഗമായ ചില സംഖ്യാത്രയങ്ങൾ

a. 63, 16, 65 ചുറ്റളവ് = 144 = 12^2

b. 275, 252, 373 ചുറ്റളവ് = 900 = 30^2

c. 113715, 15548, 114773 ചുറ്റളവ് = 24436 = 494^2

d. 103635, 69628, 124853 ചുറ്റളവ് = 298116 = 546^2

e. 77763, 129116, 150725 ചുറ്റളവ് = 357604 = 598^2

12. കർണവും വശങ്ങളുടെ തുകയും പൂർണവർഗങ്ങളായ സംഖ്യാത്രയങ്ങൾ

ചെറിയ സംഖ്യകളൊന്നുമില്ല.

4565486027761

1061652293520

4687298610289 എന്നീ ഭീമൻസംഖ്യകളാണുള്ളത്. ഇവയിൽ ആദ്യത്തെ രണ്ട് സംഖ്യകളുടെ തുകയായ 5627138321281 എന്ന സംഖ്യ 2372159 ന്റെ വർഗമാണ്. കർണമായ 4687298610289 എന്ന സംഖ്യ 2165017 ന്റെ വർഗമാണ്.

അത്ഭുതപ്പെടുത്തുന്ന അനേകം പ്രത്യേകതകൾ നിങ്ങൾക്കു കണ്ടെത്താം.

11

നമ്പറുകൾ ഓർക്കാൻ എളുപ്പവഴികൾ

നാം നമ്പറുകളുടെ അഥവാ സംഖ്യകളുടെ ഒരു ലോകത്താണ് ജീവിക്കുന്നത് എന്നു പറയാം. പ്രസിദ്ധമായൊരു ഗ്രീക്ക് ഗണിതശാസ്ത്രജ്ഞൻ അഭിപ്രായപ്പെട്ടത് സംഖ്യകൾ ലോകം ഭരിക്കുന്നു. (Numbers rule the world) എന്നാണ്. ലോകത്തിലെ ഏത് പ്രതിഭാസത്തിലും സംഖ്യകൾ കാണാം.

നമുക്ക് നമ്മുടെ നിത്യജീവിതത്തിൽ ചില സംഖ്യകൾ അഥവാ നമ്പറുകൾ ഓർത്തുവയ്ക്കേണ്ടത് ആവശ്യമായിവരും. സുഹൃത്തുക്കളുടെ ഫോൺ നമ്പറുകൾ, വിവിധ ജില്ലകളുടെ അഥവാ പ്രദേശങ്ങളുടെ ഫോൺ നമ്പറിലെ കോഡുകൾ, പോസ്റ്റോഫീസ് പിൻകോഡ് നമ്പറുകൾ, ബാങ്കിലെ അക്കൗണ്ട് നമ്പറുകൾ, വൈദ്യുതികണക്ഷന്റെ കൺസ്യൂമർ നമ്പർ, വീട്ടുനമ്പർ, വാഹനത്തിന്റെ നമ്പർ തുടങ്ങി അനേകം നമ്പറുകൾ നാം ഓർത്തിരിക്കേണ്ടതാണ്. പല നമ്പറുകളും നമുക്ക് 'കൺഫ്യൂഷൻ' ഉണ്ടാകും. ഇത് ഓർക്കാൻ ഏതെങ്കിലും എളുപ്പവഴിയുണ്ടോ എന്ന് നമ്മൾ പലരും ചിന്തിച്ചിരിക്കാം. വിദ്യാർഥികളുടെ കാര്യത്തിൽ ഇത് വളരെ ആവശ്യമാണ്.

ഇങ്ങനെ നമുക്ക് അത്യാവശ്യം വേണ്ട സംഖ്യകൾ ഓർക്കാൻ ഭാഷയിലെ അക്ഷരങ്ങൾ ഉപയോഗിക്കാം.

അക്കങ്ങൾ ചേർന്ന് സംഖ്യകൾ ഉണ്ടാവുന്നു എന്നു നമുക്കറിയാം. സംഖ്യകൾ അനേകായിരം കോടികൾ ഉണ്ടെങ്കിലും, അഥവാ അനന്തമായി ഉണ്ടെങ്കിലും, അക്കങ്ങൾ നമുക്ക് 0, 1, 2, 3, ... 9 എന്നിങ്ങനെ പത്തെണ്ണം മാത്രമേയുള്ളൂ. ഏതാണ്ട് ഇതുതന്നെയാണ് ഭാഷയുടെയും സ്ഥിതി. ഓരോ ഭാഷയിലും നിശ്ചിത എണ്ണം അക്ഷരങ്ങൾ മാത്രമേ

ഉണ്ടാവുകയുള്ളൂ. പക്ഷേ വാക്കുകൾ അനേകം. അപ്പോൾ അക്കവും അക്ഷരവും തമ്മിൽ ഒരു പരസ്പരബന്ധം സ്ഥാപിച്ചാൽ നമ്പറുകൾ ഓർക്കാൻ എളുപ്പവഴി കണ്ടുപിടിക്കാം.

അക്ഷരങ്ങൾക്ക് അക്കങ്ങൾ നൽകുന്ന അഥവാ അക്കങ്ങൾക്ക് അക്ഷരം നൽകുന്ന രീതികൾ പലതുമുണ്ടെങ്കിലും മലയാളത്തിൽ 'കട പയാദി'ക്കാണ് പ്രചാരം. ഇതുപ്രകാരം ഓരോ അക്കത്തിനും നൽകിയി ട്ടുള്ള അക്ഷരങ്ങൾ ആദ്യപട്ടികയിൽ കൊടുക്കുന്നു.

1	2	3	4	5	6	7	8	9	0
ക	ഖ	ഗ	ഘ	ങ	ച	ഛ	ജ	ഝ	ഞ
ട	ഠ	ഡ	ഢ	ണ	ത	ഥ	ദ	ധ	ന
പ	ഫ	ബ	ഭ	മ					
യ	ര	ല	വ	ശ	ഷ	സ	ഹ	ള	റ ഴ

പൂജ്യത്തിന് ഞ, ന, റ, ഴ എന്നിവ കൂടാതെ എല്ലാ സ്വരങ്ങളും ഉപ യോഗിക്കുന്നുണ്ട്. വ്യഞ്ജനാക്ഷരത്തോട് സ്വരാക്ഷരം ചേർക്കുമ്പോൾ സ്വരത്തിന് പ്രാധാന്യം നൽകേണ്ടതില്ല. അതായത് ക, കാ, കി, കീ... എന്നിവയെല്ലാം ഒന്നിനെ സൂചിപ്പിക്കും. കൂടാതെ കൂട്ടക്ഷരങ്ങൾ വരു മ്പോൾ രണ്ടാമത്തെ അക്ഷരമാണ് പരിഗണിക്കേണ്ടത്. ക്ത എന്ന കൂട്ട ക്ഷരം ക്+ത ആണല്ലോ. ക് ഒഴിവാക്കി തയുടെ അക്കം എടുത്താൽ മതി.

ഇനി നമ്പർ ഓർക്കാനുള്ള വിദ്യ എന്തെന്ന് നോക്കാം. ഒരാളുടെ ഒരു ബാങ്കിലെ അക്കൗണ്ട് നമ്പർ 4112 എന്നിരിക്കട്ടെ. അയാൾ 'വടകര' എന്ന് ഓർത്താൽ മതിയാകും. വ = 4, ട = 1, ക = 1, ര = 2 എന്ന് നമുക്ക് പട്ടികയിൽനിന്ന് കാണാം. കടപയാദി രീതിയിൽ സംഖ്യകൾ കണക്കാ ക്കുമ്പോൾ ഇടത്തുനിന്ന് വലത്തോട്ട് എന്നതിനു പകരം വലത്തുനിന്ന് ഇടത്തോട്ട് എടുക്കുന്ന രീതി ഉണ്ട്. നാം ഈ രീതി പിന്തുടരണമെന്നില്ല.

ഒരാളിന്റെ കാറിന്റെ നമ്പർ 3331 എന്നിരിക്കട്ടെ. ഇത് ഗലീലിയോ എന്ന് ഓർത്താൽ മതി. 111 ആണെങ്കിൽ കടുക്ക എന്നും 114 ആണെങ്കിൽ കേരള എന്നും ഓർക്കാം.

മലയാള അക്ഷരങ്ങൾ മാത്രമല്ല ഇംഗ്ലീഷ് അക്ഷരങ്ങളും നമുക്ക് ഉപയോഗിക്കാം. A, B, C, D എന്നിവയ്ക്ക് തുടർച്ചയായി ക്രമത്തിൽ 1, 2, 3, 4 എന്നിങ്ങനെ അക്കങ്ങൾ നൽകാം. ഇങ്ങനെയുള്ള പത്ത് അക്ഷര ങ്ങൾക്കുശേഷം ആവർത്തനം ആകാം. അപ്പോൾ നമുക്ക് രണ്ടാമത്തേത് പോലൊരു പട്ടിക ലഭിക്കും.

1	2	3	4	5	6	7	8	9	0
A	B	C	D	E	F	G	H	I	J
K	L	M	N	O	P	Q	R	S	T
U	V	W	X	Y	Z				

അക്കങ്ങൾക്കുള്ള അക്ഷരം സ്വീകരിക്കുമ്പോൾ കഴിയുന്നത്ര അർഥമുള്ള വാക്ക് കണ്ടുപിടിക്കുന്നത് നന്നായിരിക്കും. ഉദാഹരണമായി 158121 നെ ഓർക്കാൻ KERALA എന്ന വാക്ക് ഉപയോഗിക്കാം. ഇംഗ്ലീഷ് വാക്കിലെ അക്ഷരങ്ങളുടെ എണ്ണം അക്കമായി പരിഗണിക്കുന്ന രീതിക്കും വളരെ പ്രചാരമുണ്ട്. some എന്നത് നാലിനെയും working എന്നത് ഏഴിനെയും സൂചിപ്പിക്കും. പൈ എന്ന സംഖ്യയിലെ അക്കങ്ങളെ ഓർമിക്കാൻ May I have a large container of coffee എന്നതുപോലുള്ള ധാരാളം വാക്യങ്ങൾ പ്രചാരത്തിലുണ്ട്. അപൂർണവും അനുയോജ്യവുമായ വാക്കുകൾ നിർമിക്കുന്നതിലാണ് വിജയം നിലകൊള്ളുന്നത്.

12

ശരാശരികൾ

നമ്മുടെ നിത്യജീവിതത്തിൽ വളരെയധികം ഉപയോഗിക്കുന്ന ഒരു വാക്കാണ് ശരാശരി (Average). ഒരാളുടെ ഒരു മാസത്തെ ശരാശരി വരുമാനം, ശരാശരി ചെലവ്, ഉൽപ്പന്നങ്ങളുടെ ശരാശരി വില എന്നിങ്ങനെ പലപ്പോഴും നാം ശരാശരിയെ ഉപയോഗപ്പെടുത്തുന്നു.

എന്താണ് ശരാശരി? എങ്ങനെ ഇത് കണ്ടുപിടിക്കാം? സാധാരണ ജീവിതത്തിൽ ശരാശരി എന്ന പദത്തിന് വളരെ സൂക്ഷ്മമായ അർഥത്തിൽ പ്രസക്തിയില്ല എന്നതാണ് സത്യം. ഒരു കോളനിയിലെ കുടുംബങ്ങളുടെ ഒരു മാസത്തെ ശരാശരി വരുമാനം എന്നാൽ ആ കുടുംബങ്ങളുടെ ആകെ വരുമാനത്തിന്റെ തുകയെ എണ്ണം കൊണ്ട് ഹരിച്ച ഫലം എന്നാണർഥം. ആ കോളനിയിൽ വലിയ ഒരു കോടീശ്വരൻ താമസമാക്കിയാൽ ശരാശരി വലിയ ഒരു സംഖ്യയായി മാറും. അപ്പോൾ നാം കണ്ടുപിടിക്കുന്ന ശരാശരി ആ കോളനിയിലെ ജനങ്ങളുടെ വരുമാനത്തെ ഒരു വിധത്തിലും പ്രതിഫലിപ്പിക്കുകയില്ല.

തുകയെ എണ്ണംകൊണ്ട് ഹരിക്കുക എന്ന ക്രിയയാണ് ശരാശരി കാണാൻ സർവസാധാരണയായി ഉപയോഗിക്കുന്നത്. ഈ ശരാശരി അങ്കഗണിത മാധ്യം (Arithmetic Mean AM) എന്നറിയപ്പെടുന്നു. സുമാർ അയ്യായിരം വർഷങ്ങൾക്കുമുമ്പ് തന്നെ മനുഷ്യർ ഈ തരത്തിലുള്ള ശരാശരി ഉപയോഗിച്ചിരുന്നുവത്രെ. ചതുരത്തിന്റെ വിസ്തീർണം കാണാനുള്ള സൂത്രവാക്യം നീളം x വീതി എന്നാണല്ലോ. നീളവും വീതിയും വ്യത്യസ്തമാണെങ്കിലും കോണുകൾ തുല്യമായാൽ മാത്രമേ ഈ സൂത്രവാക്യം ശരിയാവുകയുള്ളൂ എന്ന് കാണാം. വയലിന്റെയും മറ്റും വിസ്തീർണം കാണുമ്പോൾ അവയുടെ ആകൃതി ചതുരമോ സമചതുരമോ ആകണമെന്നില്ല. നാലു വശവും വ്യത്യസ്തമായ ചതുർഭുജങ്ങൾ

ഒരുപക്ഷേ ചതുരത്തേക്കാളേറെയുണ്ടാകാം. ഇത്തരം സന്ദർഭങ്ങളിൽ എതിർവശങ്ങളുടെ ശരാശരിയാണ് വിസ്തീർണത്തിന് അനുയോജ്യം.

ചിത്രത്തിലെ ചതുർഭുജത്തിലെ എതിർവശങ്ങൾ a, c എന്നിവയും

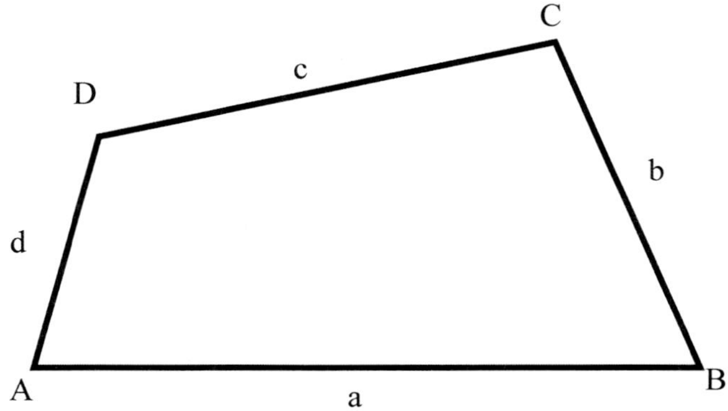

b, d എന്നിവയുമാണ്

ഒരുജോടി എതിർവശങ്ങളുടെ ശരാശരി = $(a + c)/2$ മറ്റേ ജോടി എതിർവശങ്ങളുടെ ശരാശരി = $(c + d)/2$ വിസ്തീർണം = നീളം x വീതി

= $\{(a + c)/2\}\{\frac{b+d}{2}\})$ ഇത് ഒരു ഏകദേശ വിസ്തീർണമാണ്. വിസ്തീർണം കാണുന്ന ഈ രീതി സർവേയർമാരുടെ രീതി (Surveyor's Rule) എന്നറിയപ്പെടുന്നു. മൂവായിരം വർഷങ്ങൾക്ക് മുമ്പ് ഭാരതം, ചൈന, ഈജിപ്ത്, ബാബിലോണിയ, ഗ്രീസ് എന്നീ രാജ്യക്കാർ ഈ രീതി ഉപയോഗിച്ചിരുന്നുവത്രെ.

ഗണിതത്തിൽ ഇപ്പോൾ അനേകം ശരാശരികൾ പ്രചാരത്തിലുണ്ട്. മാധ്യം (Mean), മധ്യമാനം (Median), ബഹുതമാവർത്തിതം (Mode) എന്നിവയാണ് മൂന്ന് വിധത്തിലുള്ള ശരാശരികൾ. ഇവയിൽ മാധ്യം എന്ന വിഭാഗത്തിൽത്തന്നെ പതിനഞ്ചോളം വിഭാഗങ്ങളുണ്ട്. മാധ്യം കാണുന്നതിന് രണ്ടോ, അതിലധികമോ സംഖ്യകൾ ഉപയോഗിക്കാം. ലാളിത്യത്തിനുവേണ്ടി, a, b എന്നീ രണ്ട് സംഖ്യകൾമാത്രം പരിഗണിച്ചുകൊണ്ട് ചില മാധ്യങ്ങൾ നമുക്ക് പരിചയപ്പെടാം.

1. അങ്കഗണിത മാധ്യം (Arithmetic Mean) തുക/ എണ്ണം $=\frac{(a + b)}{2}$
2. ജ്യാമിതീയ മാധ്യം (Geometric Mean) $\sqrt{ab}$
3. ഹാർമോണിക് മാധ്യം (Harmonicf Mean) (2ab)/ (a+b)

4. ക്വാർട്ടൈൽ മാധ്യം (Quartile Mean) $\frac{\sqrt{(a^2+b^2)}}{2}$

5. ഹാർമോണിക് റൂട്ട്മീൻ (Harmonic Root Mean) $\left(\sqrt{2ab}\right)/\sqrt{a^2+b^2}$

6. സെൻട്രൽ ഹാർമോണിക് മീൻ (Central Harmonic Mean) $(a^2 + b^2)/(a + b)$

7. സെൻട്രോയ്ഡൽ മീൻ (Centroidal Mean) $(a^2 + b^2 + 2ab)/3(a + b)$

8. ഹെറോണിയൽ മാധ്യം (Heronian Mean) $(a + b + \sqrt{ab})/a$

9. കാൾസൺസ് മാധ്യങ്ങൾ (Carlson's Mean)

$$\left(\frac{\sqrt{a(a+b)}}{2}, \frac{\sqrt{b(a+b)}}{2}\right)$$

10. ഭാരിത മാധ്യം (Weighted Mean)

മാധ്യം കാണേണ്ടുന്ന സംഖ്യകൾക്ക് ഒരേ രീതിയിൽ അല്ലാതെ വ്യത്യസ്ത രീതിയിൽ പ്രാധാന്യം (Weightage) നൽകേണ്ടിവരുമ്പോൾ ഉപയോഗിക്കുന്ന മാധ്യമാണിത്. a ക്ക് w_1 എന്നും b ക്ക് w_2 എന്നും പ്രാധാന്യം നൽകിയാൽ ഭാരിതമാധ്യം = $(w_1a + w_2b)/(w_1+w_2)$. ഈ മാധ്യങ്ങൾ കൂടാതെ മിൻകോവ്സ്കിയുടെ മാധ്യം (Minkowski's Mean). ലെഹ്മേഴ്സ് മാധ്യം (Lehmer's Mean), റേഷനൽ മാധ്യം (Rational Mean), ബോർവീൻ മാധ്യം (Borwein Mean), തുടങ്ങിയ മറ്റു മാധ്യങ്ങളും വിവിധ ആവശ്യങ്ങൾക്ക് ഉപയോഗിക്കുന്നുണ്ട്.

സംഖ്യകളെ ആരോഹണക്രമത്തിലോ അവരോഹണ ക്രമത്തിലോ ക്രമീകരിച്ചശേഷം ഏറ്റവും മധ്യത്തിലുള്ള സംഖ്യാ മധ്യമാനം (Median) എന്ന ശരാശരിയാണ്. നിശ്ചിത സംഖ്യകളിൽ ഏറ്റവും കൂടുതൽ തവണ ആവർത്തിക്കുന്ന സംഖ്യ ബഹുതമാവർത്തിതം (Mode) എന്ന ശരാശരിയാണ്.

ചുരുക്കത്തിൽ നാം നമ്മുടെ നിത്യജീവിതത്തിൽ ശരാശരി എന്ന വാക്ക് വളരെ സാമാന്യമായ അർഥത്തിൽ പ്രയോഗിക്കുമ്പോൾ ഗണിതശാസ്ത്രതലത്തിൽ അനേകം ശരാശരികളുണ്ട് എന്ന് നമുക്ക് മനസിലാക്കാം. സാധാരണ ഗണിതത്തിൽ, ഈ ശരാശരിയുടെ ഒക്കെ ശരാശരിയാണ് പരിഗണിക്കപ്പെടുന്നത് എന്നത് സത്യമാണ്. അങ്ങനെയൊരു ശരാശരികളുടെ ഒരു ശരാശരി നിലവിലില്ല എങ്കിൽപ്പോലും നാം ഒരു സ്ഥൂലാവസ്ഥയിൽ തൃപ്തിപ്പെടേണ്ടിവരുന്നു.

13

പത്തിന്റെ കൃതി

പൂജ്യത്തിന്റെ കണ്ടുപിടുത്തം ഗണിതശാസ്ത്ര ചരിത്രത്തിൽ വിപ്ല വകരമായ മാറ്റമാണുണ്ടാക്കിയിരുന്നത്. അന്നുവരെ മുടന്തിനടന്നിരുന്ന ശാസ്ത്രത്തിന് പെട്ടെന്ന് ഒരു കുതിച്ചുചാട്ടത്തിന്റെ അവസ്ഥയാണ് സംഭ വിച്ചത്. സമതലത്തിലൂടെ ഒഴുകിക്കൊണ്ടിരുന്ന ഒരു നദിക്ക് പെട്ടെന്ന് വളരെ ചെരിവുള്ള, വെള്ളച്ചാട്ടത്തിന് സമമായ വേഗം കൈവന്ന അവ സ്ഥപോലെയായി പൂജ്യത്തിന്റെ കണ്ടുപിടുത്തം.

ചക്രത്തിന്റെ കണ്ടുപിടുത്തത്തോടെ യന്ത്രമേഖലയിൽ വലിയ മാറ്റം സംഭവിച്ചിരുന്നു. പൂജ്യത്തിന്റെയും ചക്രത്തിന്റെയും ചിഹ്നം ഒരേപോ ലെയായത് അത്ഭുതകരമായ സാദൃശ്യം തന്നെ.

ലോകത്തെല്ലായിടത്തും വളരെ വ്യാപകമായി ഉപയോഗിക്കുന്നത് പത്ത് അധിഷ്ഠാനമായിട്ടുള്ള സംഖ്യകളാണ്. പത്ത് അധിഷ്ഠാനമായി ട്ടുള്ള സംഖ്യകളുടെ സ്ഥാനവിലകൾ 1,10,100,1000...... എന്നിങ്ങനെയാ യിരിക്കും. ഇതിനെ പത്തിന്റെ കൃതിയായി യഥാക്രമം 10^0, 10^1, 10^2, 10^3........... എന്നിങ്ങനെ എഴുതാം. 736 എന്ന സംഖ്യയിൽ ഏഴ് നൂറും, മൂന്ന് പത്തും ആറ് ഒറ്റയുമാണ്. ഇത് $7 \times 10^2 + 3 \times 10^1 + 6 \times 10^0$ എന്ന് രേഖപ്പെടു ത്തുന്നു.

ഒന്നിന് ശേഷം കുറേ പൂജ്യങ്ങൾ ഇടുന്ന സ്ഥലത്ത് പത്ത് എന്നെ ഴുതി പൂജ്യങ്ങളുടെ എണ്ണം ചേർത്താൽ മതി.

1 എന്നതിൽ ഒന്നിന് ശേഷം പൂജ്യമില്ല. അപ്പോൾ 1നെ 10^0 എന്നെ ഴുതുന്നു. 1000ന് ഒന്നിനുശേഷം മൂന്ന് പൂജ്യങ്ങളുണ്ട്. അപ്പോൾ 10ന് മുകളിൽ 3 ചേർത്ത് 10^3 എന്നെഴുതുന്നു. അതായത് $1000 = 10^3$

ഇങ്ങനെ സംഖ്യകളെ പത്തിന്റെ കൃതികളായി എഴുതുന്നതു കൊണ്ട് ധാരാളം പ്രയോജനങ്ങളുണ്ട്. പൂജ്യങ്ങളുടെ എണ്ണം പെട്ടെന്ന്

തിരിച്ചറിയാം. എന്നുമാത്രമല്ല ധാരാളം സ്ഥലവും സമയവും ലാഭിക്കാം. എണ്ണുന്നതിലും എഴുതുന്നതിലുമുള്ള പ്രായോഗിക വിഷമവും ഇല്ലാതാക്കാം.

1, 10, 100, ... എന്നിങ്ങനെയുള്ള സംഖ്യകളെ മാത്രമേ പത്തിന്റെ കൃതിയായി എഴുതാൻ സാധിക്കുകയുള്ളൂ എന്നത് ശരിയല്ല. ഏത് സംഖ്യയെയും നമുക്ക് പത്തിന്റെ കൃതികളായി എഴുതാം. പക്ഷേ മറ്റൊരു സംഖ്യകൂടി എഴുതേണ്ടിവരും. പൊതുവെ N എന്ന സംഖ്യയെ $P \times 10^x$ എന്ന രൂപത്തിലെഴുതാം. ഇതിൽ X എന്നത് പത്തിന്റെ കൃതിയായി നാം പരിഗണിച്ച സംഖ്യയാണ്. P ക്ക് ഏത് വില സ്വീകരിക്കാമെങ്കിലും ഒന്നിൽ കൂടുതലും പത്തിൽ കുറവുമായ ഒരു സംഖ്യയായാണ് പരിഗണിക്കാറുള്ളത്. ഒന്നിന് തുല്യവുമാകാം. ഇങ്ങനെ $P \times 10^x$ എന്നതിനെ സംഖ്യയുടെ ശാസ്ത്രീയ ലേഖനരീതി (Scientific Notation) എന്ന് വിശേഷിപ്പിക്കാം.

ഈ ശാസ്ത്രീയ ലേഖനരീതി ഉപയോഗിച്ച് നമുക്ക് വളരെ വലിയ സംഖ്യകളെയും വളരെ ചെറിയ സംഖ്യകളെയും സുവ്യക്തമായി രേഖപ്പെടുത്താം.

സർ. ഹെൻട്രി കാവൻഡിഷ് 1798 ൽ ഭൂമിയുടെ പിണ്ഡം 6,600,000,000,000,000,000,000 ടൺ എന്ന് കണക്ക് കൂട്ടുകയുണ്ടായി. ഇതിൽ പത്തിന്റെ കൃതിയായി നമുക്ക് 6.6×10^{21} എന്ന് രേഖപ്പെടുത്താം. അറ്റോമിക് ന്യൂക്ലിയസിന്റെ വ്യാസം 0.000000000000075 എന്ന് കണ്ടെത്തിയത് 7.5×10^{-13} എന്നും രേഖപ്പെടുത്താം. പ്രകാശത്തിന്റെ വേഗം 3.00×10^8 മീറ്റർ/സെക്കൻഡ് എന്നും ശബ്ത്തിന്റെ വേഗം 3.32×10^2 മീറ്റർ/സെക്കൻഡ് എന്നും എഴുതുന്നതാണ്, യഥാർഥ സംഖ്യ എഴുതുന്നതിനേക്കാൾ സൗകര്യവും പ്രയോജനകരവും.

പത്തിന്റെ കൃതിയായി എഴുതുന്നതിന് ഇപ്പോൾ E എന്ന അക്ഷരം ഉപയോഗിക്കുന്നുണ്ട്. 2.35×10^5 എന്നതിനെ 2.35 E 6 എന്ന് രേഖപ്പെടുത്തുന്നു. കൃതി എന്നർഥമുള്ള എന്ന വാക്കിന്റെ ആദ്യാക്ഷരമാണ് .

കണക്ക് ലളിതമാക്കുന്ന കാര്യത്തിൽ 10 വഹിക്കുന്ന പങ്ക് വളരെ വളരെ വലുതാണ് എന്ന് നമുക്ക് നിസ്സംശയം പറയാം.

14

നിശ്ശേഷഹരണം

ഒരു സംഖ്യയെ മറ്റൊരു (ചെറിയ) സംഖ്യകൊണ്ട് ശിഷ്ടം കൂടാതെ ഹരിക്കുന്നതാണ് നിശ്ശേഷ ഹരണമായി (Divisibility) അറിയപ്പെടുന്നത്. ശിഷ്ടം കൂടാതെയുള്ള ഹരണത്തിന് നമ്മുടെ നിത്യജീവിതത്തിൽ വലിയ പ്രാധാന്യമുണ്ട്. ഒമ്പതിനെ മൂന്നുകൊണ്ട് നിശ്ശേഷം ഹരിക്കാം എന്നതിനുള്ള പ്രാധാന്യം ഒമ്പതു വസ്തുക്കളെ മൂന്നുപേർക്ക് തുല്യമായി ഭാഗിച്ചു നൽകാം. ബാക്കി ഒന്നും വരില്ല എന്നതാണ്. പത്തിനേയോ നൂറിനേയോ ആയിരം കോടിയെയോ പതിനായിരം കോടിയെയോ നമുക്ക് മൂന്നുകൊണ്ട് നിശ്ശേഷം ഹരിക്കാൻ സാധ്യമല്ലല്ലോ.

പത്തുവരെയുള്ള സംഖ്യകൾകൊണ്ടുള്ള നിശ്ശേഷഹരണം പൊതുവെ എളുപ്പമാണ്. ഇവയിൽ അൽപ്പം പ്രയാസമനുഭവിക്കുന്നത് ഏഴിന്റെ കാര്യത്തിലാണ് 7, 11, 13, 19, 29 എന്നീ സംഖ്യകൾകൊണ്ട് ഒരു സംഖ്യയെ നിശ്ശേഷം ഹരിക്കാമോ എന്ന് പരിശോധിക്കുന്നതിനുള്ള ഒരു രീതി നമുക്ക് പരിചയപ്പെടാം.

ഒരു നിശ്ചിതരീതിയുടെ ക്രമം എന്ന നിലയിൽ സംഖ്യകളെ 19, 29, 13, 7, 11 എന്ന ക്രമമാണ് പരിഗണിക്കുന്നത്. ഓർക്കാൻ സൗകര്യമുള്ള ഒരു ക്രമം എന്ന നിലയിലാണ് ഇത് പരിഗണിച്ചിട്ടുള്ളത്. ഈ ക്രമം തന്നെ പാലിക്കണമെന്ന് ഒരു നിർബന്ധവുമില്ല.

നമ്മുടെ ക്രമത്തിലുള്ള ആദ്യ സംഖ്യ 19 ആണല്ലോ. ഒരു സംഖ്യയെ 19കൊണ്ട് നിശ്ശേഷം ഹരിക്കാൻ സാധിക്കുമോ എന്ന് പരിശോധിക്കുന്നതിന് ആദ്യം സംഖ്യയിലെ ഒന്നാംസ്ഥാനത്തെ അക്കത്തെ 2 കൊണ്ട് ഗുണിക്കുക. ഈ ഗുണനഫലം ഒന്നാം സ്ഥാനം ഒഴിവാക്കിയിട്ടുള്ള സംഖ്യയോട് കൂട്ടുക. ഈ തുക 19ന്റെ ഗുണിതമാണെങ്കിൽ സംഖ്യയെ 19കൊണ്ട് നിശ്ശേഷം ഹരിക്കാൻ സാധിക്കും.

ഉദാഹരണമായി 665 എന്ന സംഖ്യയെ 19കൊണ്ട് നിശ്ശേഷം ഹരിക്കാൻ സാധിക്കുമോ എന്ന് പരിശോധിക്കണമെന്നിരിക്കട്ടെ.

സംഖ്യയിലെ ഒന്നാം സ്ഥാനത്തെ അക്കം = 5 ഇതിനെ 2 കൊണ്ട് ഗുണിച്ചാൽ 2 X 5 = 10 എന്ന് കിട്ടും.

സംഖ്യയിൽ ഒന്നാം സ്ഥാനം ഒഴിവാക്കിയാൽ കിട്ടുന്ന സംഖ്യ 66.

ഇതിനോട് 10 കൂട്ടുമ്പോൾ 66 + 10 = 76. 76 എന്നതിനെ 19 കൊണ്ട് നിശ്ശേഷം ഹരിക്കാം. അതിനാൽ 665 എന്ന സംഖ്യയേയും 19 കൊണ്ട് നിശ്ശേഷം ഹരിക്കാം.

മറ്റൊരു ഉദാഹരണം പരിശോധിക്കാം. 822നെ 19കൊണ്ട് നിശ്ശേഷം ഹരിക്കാമോ?

ഒന്നാം സ്ഥാനത്തെ അക്കം = 2

2 കൊണ്ട് ഗുണിച്ചാൽ 2 X 2 = 4

ഒന്നാം സ്ഥാനം ഒഴിവാക്കിയ സംഖ്യ = 82

തുക = 82 + 4 = 86

86നെ 19 കൊണ്ട് നിശ്ശേഷം ഹരിക്കാൻ സാധ്യമല്ല.

അതിനാൽ 822നെയും 19കൊണ്ട് നിശ്ശേഷം ഹരിക്കാൻ സാധ്യമല്ല.

ഇനി നമ്മുടെ ക്രമപ്രകാരമുള്ള സംഖ്യ 29 ആണ്. മേൽക്രിയയിൽ 2 കൊണ്ട് ഗുണിക്കുന്നതിന് പകരം മൂന്നു കൊണ്ട് ഗുണിക്കണം. മറ്റ് യാതൊരു മാറ്റവുമില്ല.

ഇതുപ്രകാരം 609 നെ 29കൊണ്ട് ഹരിക്കാൻ സാധിക്കുമോ എന്ന് പരിശോധിക്കാം.

ഒന്നാം സ്ഥാനത്തെ അക്കം = 9

3 കൊണ്ട് ഗുണിച്ചാൽ = 9 X 3 = 27

സംഖ്യയിൽ ഒന്നാം സ്ഥാനം ഒഴിവാക്കിയാൽ കിട്ടുന്ന സംഖ്യ = 60

തുക = 60 + 27 = 87

87 എന്നത് 29 ന്റെ ഒരു ഗുണിതമാണ്. 87നെ 29കൊണ്ട് നിശ്ശേഷം ഹരിക്കാം. അതിനാൽ 609നെയും 29കൊണ്ട് നിശ്ശേഷം ഹരിക്കാം.

ഇനി നാം പരിഗണിക്കേണ്ടുന്ന സംഖ്യകൾ 13, 7, 11 എന്നാണല്ലോ. ഇവയ്ക്ക് ഒന്നാം സ്ഥാനത്തെ അക്കങ്ങളെ ഗുണിക്കേണ്ടത് യഥാക്രമമം 4, 5, 10 എന്നീ സംഖ്യകൾ കൊണ്ടാണ്. ക്രിയാരീതിയിൽ യാതൊരു മാറ്റവുമില്ല.

ഒരു സംഖ്യയെ വലിയ സംഖ്യകൾകൊണ്ട് നിശ്ശേഷം ഹരിക്കാൻ സാധിക്കുമോ എന്നുള്ളതിനുള്ള ധാരാളം പരിശോധനകൾ ഗണിതശാസ്ത്രത്തിലുണ്ട്.

15

അങ്കഗണിതത്തിൽനിന്ന് ബീജഗണിതത്തിലേക്ക്

ഗണിതശാസ്ത്രം ഇപ്പോൾ അനേകം ശാഖകളും ഉപശാഖകളുമായി വളർന്നിരിക്കുന്നു. അഥവാ വളർന്നുകൊണ്ടിരിക്കുന്നു. ഏതു ശാഖയുടെ വളർച്ചയ്ക്കും ഗണിതശാസ്ത്രം ആവശ്യമാണ്. മറ്റ് ശാഖകളുടെ വളർച്ചയോടൊപ്പവും, സ്വതന്ത്രമായും ഗണിതശാസ്ത്രം വളരുന്നുണ്ട്.

ഗണിതശാസ്ത്രത്തിന്റെ അനേകം ശാഖകളിൽ ആദ്യം രൂപപ്പെട്ട ശാഖ അങ്കഗണിതം (Arithmetic) ആണെന്നു പറയാം. സംഖ്യകളുടെ അടിസ്ഥാനപരമായ പ്രത്യേകതകളും ഗുണങ്ങളുമൊക്കെ പ്രതിപാദിക്കുന്ന ശാഖ സംഖ്യാശാസ്ത്ര (Number Theory) മാണെങ്കിലും നമ്മുടെ നിത്യജീവിതവുമായി അഭേദ്യമായി ബന്ധപ്പെട്ടാണ് ഗണിതശാസ്ത്രം ആദ്യകാലത്ത് വളർന്നുവന്നിരുന്നത്. ഈ ശാഖ അങ്കഗണിതം തന്നെയാണ്. അങ്കഗണിത ശാഖയുടെ ഒരു സാമാന്യവൽകൃത രൂപമായി (Generalised form) ബീജഗണിതത്തെ (Algebra) കണക്കാക്കാം.

ബീജഗണിതം എപ്പോൾ, എവിടെ രൂപപ്പെട്ടു എന്ന കാര്യത്തിൽ വ്യക്തമായ തീരുമാനത്തിലെത്താൻ കഴിയില്ലെങ്കിലും ഭാരതത്തിന്റെ സംഭാവന മറ്റ് ഭൂവിഭാഗങ്ങളുടേതിൽനിന്ന് മികച്ചു നിൽക്കുന്നു. അറേബ്യൻ ഗണിതശാസ്ത്രജ്ഞൻ അൽഖൊരാസ്മിയുടെ *കിത്താബ് അൽജബർ വ-അൽമുഖാബല* എന്ന ഗ്രന്ഥത്തിന്റെ അൽജബർ എന്ന പദത്തിൽ നിന്നാണ് ആൾജിബ്ര എന്ന വാക്ക് രൂപം കൊണ്ടത്. പക്ഷേ അൽഡിബ്ര എന്ന ശാഖയിലെ ആശയങ്ങൾ ഇതിന് എത്രയോ നൂറ്റാണ്ടുമുമ്പുതന്നെ ഇന്ത്യ, ബാബിലോണിയ, ഗ്രീസ്, ഈജിപ്ത്, ചൈന, സുമേറിയ എന്നീ രാജ്യക്കാർ ഉപയോഗിച്ചിരുന്നു. ഒരുവേള, ഈ ശാഖയുടെ ആരംഭം കുറിച്ചത് ഇന്ത്യയിലാണെന്നു പറയാം.

അങ്കഗണിതത്തിന്റെ ഒരു സാമാന്യവൽകൃത രൂപമാണ് ബീജഗ

ണിതം എന്ന് നേരത്തെ സൂചിപ്പിച്ചുവല്ലോ. ഇത്തരമൊരു മാറ്റത്തിന് തുടക്കംകുറിച്ചത് ഭാരതീയരായിരുന്നു. ഇക്കാര്യത്തിൽ പ്രഥമഗണനീയൻ ബ്രഹ്മഗുപ്തനാണ്. ബീജഗണിതത്തിന്റെ ആരംഭത്തിന് ഭാരതീയരുടെ സംഭാവനയെപ്പറ്റി എ മാർക്കിന്റെ (A-marc) Dialectiquele' affirmation എന്ന ഗ്രന്ഥത്തിലെ 128–ാം പേജിൽ ഇങ്ങനെ പറയുന്നു: "Their number-system with its zero and its positional notation, had already given them the possibility of developing a science of algebra, capable of supporting and abstract theory of numbers, and of advacing mathematical knowledge."

ഒരു നിശ്ചിത കാര്യത്തിൽനിന്നും പൊതുകാര്യത്തിലെത്തുക (from the particular to the general) എന്ന രീതിയിൽ അങ്കഗണിതത്തിൽനിന്ന് ബീജഗണിതത്തിലേക്ക് ഗണിതത്തിന്റെ വളർച്ചയിൽ തീർച്ചയായും പല ഘട്ടങ്ങളുമുണ്ടായിട്ടുണ്ട്. ഇവയിൽ ആദ്യത്തെ ഘട്ടത്തെ ചരിത്രകാരന്മാർ എന്ന് വിശേഷിപ്പിക്കുന്നു. ഈ ഘട്ടത്തിൽ ബീജഗണിതത്തിൽ ചിഹ്നങ്ങൾ (symbols) ഉപയോഗിച്ചിരുന്നില്ല. വാക്കുകൾ തന്നെയാണ് ഉപയോഗിച്ചിരുന്നത്.

രണ്ടാമത്തെ ഘട്ടത്തിൽ വാക്കുകൾക്കു പകരം ചുരുക്കാക്ഷരങ്ങൾ ഉപയോഗിക്കാൻ തുടങ്ങി. മൂന്നാമത്തെ ഘട്ടത്തിൽ മാത്രമാണ് ചിഹ്നങ്ങൾ ഉപയോഗിക്കാൻ ആരംഭിച്ചത്.

ഇതിനുള്ള ഒരു ഉദാഹരണം എന്ന നിലയിൽ ഇപ്പോൾ വ്യാപകമായി ഉപയോഗിച്ചുവരുന്ന നെഗറ്റീവ് ചിഹ്നത്തിന്റെ കാര്യമെടുക്കാം.

ഒന്നാമത്തെ ഘട്ടത്തിൽ ഒരു സംഖ്യയിൽനിന്ന് മറ്റൊരു സംഖ്യ കുറയ്ക്കുന്നതിനെ A minus B എന്നുതന്നെ എഴുതി. പിന്നീട് minus എന്നത് ചുരുക്കി m എന്ന് ഉപയോഗിക്കാൻ തുടങ്ങി. പിന്നീട് m ഒഴിവാക്കി '–' എന്ന ചിഹ്നം മാത്രം പ്രചാരത്തിൽ വന്നു.

കുറയ്ക്കുന്നതിനുള്ള – ചിഹ്നം ഇന്ത്യയിലല്ല വിദേശത്താണ് രൂപപ്പെട്ടത്. ഏറ്റവും സാധാരണമായ ചിഹ്നങ്ങളിലൊന്ന് എന്ന നിലയിലാണ് ഈ ചിഹ്നം വിശദീകരിച്ചത്. ആര്യഭടൻ, ഭാസ്കരൻ, ബ്രഹ്മഗുപ്തൻ, മഹാവീരൻ തുടങ്ങിയ ഭാരതീയ ഗണിതശാസ്ത്രജ്ഞന്മാരെല്ലാം രണ്ടാം ഘട്ടത്തിലുള്ള ചുരുക്കലേഖന (abbreviated) സമ്പ്രദായത്തിലാണ് ഗണിതം കൈകാര്യം ചെയ്തിരുന്നത്. പിന്നീട് ഇന്ത്യൻ സംസ്കാരം വിദേശമണ്ണിൽ വികസിക്കാനിടയായി. ഒരു വിദേശഗ്രന്ഥകാരനായ ഹാർഡിങ് ഇങ്ങനെ അഭിപ്രായപ്പെടുന്നു. "The seeds of Indian Civilisation were destined to germinate on foreign Soil."

ഇന്ത്യയിൽനിന്ന് ആരംഭിച്ച ബീജഗണിതം അറബി–പേർഷ്യൻ ഗണിതശാസ്ത്രജ്ഞന്മാരായ അൽഖൊരാസ്മി, ഒമർഖയ്യാം, അബുകാമിൽ, അൽകരാജി, ഘംഷിദ് അൽഖാസി എന്നിവർ ഒരു ശാഖയാക്കി വികസിപ്പിച്ച് പാശ്ചാത്യർക്ക് നൽകി. പിന്നീട് അത് ഏവരുടെയും പൊതുസ്വത്തായി മാറി.

16

അറിയാത്തവന്റെ വിശേഷം

എണ്ണൽസംഖ്യകൾ, ഭിന്നിതങ്ങൾ, ദശാംശസംഖ്യകൾ എന്നിങ്ങനെ നൂറിലേറെ വിധത്തിലുള്ള സംഖ്യകൾ ഗണിതശാസ്ത്രത്തിൽ കൈകാര്യം ചെയ്യുന്നുണ്ട്. പക്ഷേ സാധാരണയായി സംഖ്യകൾ എന്നാൽ പൊതുവെ എണ്ണൽസംഖ്യകൾ മാത്രമാണ് പരിഗണിച്ചുവരാറുള്ളത്. നിങ്ങൾക്കിഷ്ടമുള്ള ഒരു സംഖ്യ മനസിൽ വിചാരിക്കുക എന്ന് ആരെങ്കിലും നമ്മോട് ആവശ്യപ്പെട്ടാൽ 5 എന്നോ 3 എന്നോ മറ്റോ ആയിരിക്കും കൂടുതൽപേരും മനസിൽ വിചാരിക്കുന്നത് 2/3 എന്നോ −2 എന്നോ 5.2 എന്നോ ഗണിതശാസ്ത്രത്തിലെ ഏറ്റവും പ്രധാനപ്പെട്ട സംഖ്യകളിലൊന്നായ പൈയെന്നോ മനസിൽ വിചാരിക്കാറില്ല. ഇതിനുള്ള ഒരു പ്രധാന കാരണം, നമ്മുടെ നിത്യജീവിതത്തിൽ എണ്ണൽസംഖ്യകൾപോലെ മറ്റ് സംഖ്യകൾ സ്വാധീനം ചെലുത്താറില്ല.

ബീജഗണിതത്തിൽ അറിയപ്പെടാത്ത സംഖ്യകൾ അജ്ഞാതരാശികൾ എന്നാണറിയപ്പെടുന്നത്. അജ്ഞാതരാശിയുടെ വില കണ്ടെത്തുന്നതുവരെ x, y, z എന്നിങ്ങനെയുള്ള അക്ഷരങ്ങൾകൊണ്ട് സൂചിപ്പിക്കുന്നു. x, y, z എന്നിവയുടെ വില കണ്ടുപിടിക്കുന്നത് അറിയാത്തവരെ തേടിയുള്ള യാത്രയാണെന്ന് പറയാം.

നമുക്ക് അറിയാത്ത ഒരു സംഖ്യയെ x എന്ന് സങ്കൽപ്പിക്കാം. x എന്ന അജ്ഞാതരാശി ഏത് സംഖ്യയേയും പ്രതിനിധീകരിക്കാം. x നെ x കൊണ്ട് ഗുണിച്ചാൽ ഫലം x^2 ഉം x^2 നെ x കൊണ്ട് ഗുണിച്ചഫലം x^3 ആയിരിക്കുമല്ലോ.

x ന്റെ വർഗമാണ് x^2

x ന്റെ ഘനമാണ് x^3

ഇവയെ നമുക്ക് ഒന്ന് താരതമ്യം ചെയ്യാം.

x^2, x^3 എന്നിവയിൽ ഏതായിരിക്കും വലുത്?

2നേക്കാൾ വലുതാണ് 3 എന്ന കാര്യത്തിൽ സംശയമേ ഇല്ല.

x^2, x^3 എന്നിവയിൽ നിന്ന് 2 ഉം 3 ഉം ഒഴിവാക്കിയാൽ ബാക്കിയുള്ളവ തുല്യമാണ്.

അപ്പോൾ x^3 തന്നെ x^2 നേക്കാൾ വലുത് എന്ന് നമുക്ക് സ്വാഭാവികമായും എത്തിച്ചേരാം.

നമുക്ക് കുറച്ച് ഉദാഹരണങ്ങൾ കൂടി പരിശോധിക്കാം.

$x = 3$ ആയാൽ $x^2 = 9$, $x^3 = 27$

$x = 5$ ആയാൽ $x^2 = 25$, $x^3 = 125$

$x = 10$ ആയാൽ $x^2 = 100$, $x^3 = 1000$

എല്ലാറ്റിലും x^2 നേക്കാൾ x^3 വലുതാണ് അപ്പോൾ x^2 നേക്കാൾ വലുതാണ് x^3 എന്ന നിമഗനത്തിൽ എത്താം.

x ന് ഏത് വിലയും സ്വീകരിക്കാമല്ലോ.

$x = 1$ ആയാൽ എന്താവും സ്ഥിതി?

$x^2 = 1 \times 1 = 1$

$x^3 = 1 \times 1 \times 1 = 1$

ഇനി $x = 0$ ആയാലോ?

$x^2 = 0 \times 0 = 0$

$x^3 = 0 \times 0 \times 0 = 0$

അപ്പോൾ $x = 1$, $x = 2$ എന്നിവയ്ക്ക് x^2 ഉം x^3 തുല്യമാണ്!

എന്നത് ഒന്നിൽ കുറവായ പോസിറ്റീവ് സംഖ്യകളാണല്ലോ?

$x = 0.5$ ആണെന്നിരിക്കട്ടെ.

$x^2 = 0.5 \times 0.5 = 0.25$

$x^3 = 0.5 \times 0.5 \times 0.5 = 0.125$

ഇവിടെ x^2 ആണ് x^3 നേക്കാൾ വലുത് എന്ന് കാണാം. നെഗറ്റീവ് സംഖ്യകളെല്ലാം ഒന്നിൽ കുറവാണല്ലോ. നെഗറ്റീവ് വിലകൾക്ക് x^2, x^3 എന്നിവയ്ക്ക് എന്ത് സംഭവിക്കുന്നു എന്ന് നോക്കാം.

$x = -2$ ആയാൽ

$x^2 = -2 \times -2 = 4$

$x^3 = -2 \times -2 \times -2 = -8$

−8, 4 എന്നിവയിൽ 4 ആണ് വലുത്. അപ്പോൾ x^3 നേക്കാൾ വലുത് x^2 ആണ്.

നെഗറ്റീവ് വിലകൾക്ക് ഘാതം വർധിക്കുമ്പോൾ വില ചെറുതായി കാണുന്നു. അതായത് x^2 നേക്കാൾ ചെറിയ വിലയാണ് x^3ന് കിട്ടിയിട്ടുള്ളത്.

ഇനി x^3 നേക്കാൾ ചെറിയ വിലയാണോ x^4 ന് കിട്ടുക. അതായത് x നെഗറ്റീവ് ആയാൽ x^3 ആണോ x^4 ആണോ വലുത്?

$x = -2$ ആയാൽ

$x^3 = -8$

$x^4 = -8 \times -2 = 16$

x^3, x^4 എന്നിവ ഇവിടെ പരിഗണിക്കുമ്പോൾ x^4 ആണ് വലുത് എന്ന് കാണാം

എണ്ണൽസംഖ്യയുടെ കാര്യത്തിലും നെഗറ്റീവ് സംഖ്യയുടെ കാര്യത്തിലും ഒന്നിൽകുറവായ ദശാംശസംഖ്യകളുടെ കാര്യത്തിലുമൊക്കെ x ന്റെ വിവിധ ഘാതത്തിലുള്ള സംഖ്യകൾ വിവിധ രീതികളിലാണ് കാണപ്പെടുന്നത് എന്ന് നമുക്ക് x^2, x^3 മനസിലാക്കാം. അപ്പോൾ x^2, x^3 എന്നിവയിൽ ഏതാണ് വലുത് എന്ന് ആരെങ്കിലും ചോദിച്ചാൽ പെട്ടെന്ന് x^3 എന്ന് പറയരുത്. x ന്റെ കൃത്യമായ ഒരു ധാരണയില്ലാതെ നമുക്ക് വലിപ്പച്ചെറുപ്പം നിർണയിക്കാൻ സാധ്യമല്ലെന്നു പറയണം.

17

കടലാസിന്റെ കനം

നാം സാധാരണ എഴുതാൻ ഉപയോഗിക്കുന്ന കടലാസിന് എത്ര കനം (thinkness) ഉണ്ടാകും? പല ഇനത്തിലുള്ള കടലാസ് ഉപയോഗിക്കുന്നതിനാൽ ഒരേ അളവ് ആവണമെന്നില്ല. ഓരോ ഇനവും വ്യത്യസ്ത കനം ഉള്ളവയായിരിക്കും. സുമാർ എത്ര കാണും?

200 പേജുള്ള ഒരു പുസ്തകത്തിന് സുമാർ ഒരു സെന്റീ മീറ്റർ കനം ഉണ്ടാകും. 100 കറൻസിനോട്ടുകളും അടുക്കിവച്ചാൽ സുമാർ ഒരു സെന്റീ മീറ്റർ കാണും. അപ്പോൾ ഒരു കടലാസിന്റെ കനം 1/100 സെ മീ എന്ന് സ്വീകരിക്കാം.

ഒരു വലിയ കടലാസ് എടുക്കുക. ഇതിനെ ഒരു പ്രാവശ്യം മുറിച്ചാൽ നമുക്ക് രണ്ട് കടലാസ് കിട്ടും. ഇവ ചേർത്തുവച്ച് വീണ്ടും ഒരു പ്രാവശ്യം കൂടി മുറിക്കുക. എത്ര കടലാസ് കിട്ടും? നാല്. ഇവ വീണ്ടും ചേർത്തുവച്ച് മുറിക്കുക. നമുക്ക് എട്ടു കടലാസുകൾ കിട്ടും. ഇങ്ങനെ ഓരോ പ്രാവശ്യം മുറിക്കുമ്പോഴും കടലാസിന്റെ എണ്ണം ഇരട്ടിക്കുന്നതായി കാണാം.

ഒരു വലിയ കടലാസ് ഇങ്ങനെ 50 പ്രാവശ്യം മുറിക്കുന്നു എന്ന് കരുതുക. ഓരോ പ്രാവശ്യം മുറിക്കുമ്പോഴും മുകളിൽ ചേർത്തുവച്ച് മുറിക്കണം. ഇങ്ങനെ അമ്പതുപ്രാവശ്യം മുറിച്ച് അടുക്കിവച്ചാൽ ആ അടുക്കിന് എത്ര ഉയരമുണ്ടാകും? ഒന്ന് സങ്കൽപ്പിച്ചുനോക്കൂ.

യഥാർഥത്തിൽ പ്രായോഗികമായി ചെയ്യാൻ പ്രയാസമുണ്ടാകും. നമുക്ക് ഇത് കണക്കുകൂട്ടിനോക്കാം. ഓരോ പ്രാവശ്യം മുറിക്കുമ്പോഴും കടലാസിന്റെ എണ്ണം ഇരട്ടിയാവും എന്ന് മനസിലാക്കിയല്ലോ. മുറിക്കുന്ന തവണയും കടലാസിന്റെ എണ്ണവും താഴെ കൊടുത്തിരിക്കുന്ന പട്ടികയിൽനിന്ന് മനസിലാക്കാം.

മുറിക്കുന്ന തവണ	1	2	3	4	5	6
കടലാസിന്റെ എണ്ണം	2	4	8	16	32	64

2, 4, 8, 16, 32, ... എന്നിവയെ യഥാക്രമം 2^1, 2^2, 2^3, 2^4, 2^5, ... എന്നിങ്ങനെ എഴുതാം. ഈ കൃത്യങ്കങ്ങൾ മുറിക്കുന്ന തവണയെ സൂചിപ്പിക്കുന്നു എന്നു കാണാം. അപ്പോൾ 50 തവണ മുറിക്കുമ്പോൾ 2^{50} കടലാസുകൾ ഉണ്ടാവും എന്ന് മനസിലാക്കാം.

2^{50} എന്നത് എത്രയാണ്? 2 നെ 50 പ്രാവശ്യം ഗുണിച്ചത് (2നെ 50 കൊണ്ട് ഗുണിച്ചതല്ല). 2 നെ 50 പ്രാവശ്യം ഗുണിക്കുന്നത് അത്ര എളുപ്പമുള്ള കാര്യമല്ല. അതിന് ഒരുപാട് സമയമെടുക്കും. നമുക്ക് ഒരു ഏകദേശ കണക്ക് മതിയെങ്കിൽ ലോഗരിതം ഉപയോഗിക്കാം.

നമുക്ക് 2^{50} യുടെ വില കാണണം.

$$\begin{aligned} \log 250 &= 50 \log 2 \\ &= 50(0.3010) \\ &= 15.0500 \\ \text{Antilog } 15.05 &= 1122000000000000 \end{aligned}$$

ഇത്രയും എണ്ണം കടലാസ് അടുക്കിവച്ചാൽകിട്ടുന്ന ഉയരം കാണാൻ 100 കൊണ്ട് ഹരിച്ചാൽ മതി. അപ്പോൾ കിട്ടുന്നത് സെന്റീമീറ്ററിലായിരിക്കും. 100 കൊണ്ട് ഹരിക്കാൻ അവസാനത്തെ രണ്ട് പൂജ്യം ഒഴിവാക്കുക.

സെന്റീമീറ്ററിൽ കിട്ടിയ അളവ് മീറ്ററിലാക്കാൻ 100 കൊണ്ട് ഹരിക്കുക. അഥവാ അവസാനത്തെ രണ്ട് പൂജ്യം ഒഴിവാക്കുക. മീറ്ററിനെ കിലോമീറ്റർ ആക്കാൻ 1000 കൊണ്ട് ഹരിക്കണം. ഇതിന് മൂന്ന് പൂജ്യം ഒഴിവാക്കുക. അപ്പോൾ ആകെ 7 പൂജ്യം ഒഴിവാക്കിയാൽ കിട്ടുന്ന ഉയരം കിലോമീറ്ററിലായിരിക്കും. ഇത് 112200000 കി മീ ആയിരിക്കും. എത്ര വലിയ ഉയരം അല്ലേ? നിങ്ങൾ സങ്കൽപ്പിച്ച ഉയരം എത്രയായിരുന്നു?

18

അത്ഭുതകരമായ മാന്ത്രിക ചതുരങ്ങൾ

വരിയിലും നിരയിലും കോണോടുകോണും തുക തുല്യമാകത്തക്കരീതിയിൽ സമചതുരമായി, സംഖ്യകൾ ക്രമീകരിച്ചിരിക്കുന്നവയാണല്ലോ മാന്ത്രിക ചതുരങ്ങൾ. ഈ പ്രത്യേകതകളിൽ മാത്രം മാന്ത്രിക ചതുരങ്ങൾ ഒതുങ്ങുന്നില്ല. അനേകം അത്ഭുതകരമായ പ്രത്യേകതകളുള്ള ധാരാളം മാന്ത്രിക ചതുരങ്ങൾ കണ്ടുപിടിക്കപ്പെട്ടിട്ടുണ്ട്. അത്തരം മൂന്ന് മാന്ത്രികചതുരങ്ങൾ നമുക്ക് പരിചയപ്പെടാം.

ചിത്രം (1) ൽ കൊടുത്തിരിക്കുന്ന മാന്ത്രികചതുരം ശ്രദ്ധിക്കുക. ഇതിലെ വരിയിലും നിരയിലും കോണോടുകോണുമുള്ള സംഖ്യകളുടെ തുക 21 ആയിരിക്കും

4	9	8
11	7	3
6	5	10

ചിത്രം (1)

ഈ മാന്ത്രിക ചതുരത്തിലെ സംഖ്യകൾ എണ്ണം വരുന്ന ചില സംഖ്യകൾ അക്ഷരത്തിലെഴുതിയത് ചിത്രം (2)ൽ കാണാം

Five (4)	Twenty two (9)	Eighteen (8)
Twentyeight (11)	Fifteen (7)	Two (3)
Twelve (6)	Eight (5)	Twentyfive (10)

ചിത്രം (2)

അക്ഷരത്തിൽ സൂചിപ്പിക്കുന്ന സംഖ്യകൾ ചിത്രം (3)ൽ കാണാം. ഇതിലെ വരിയിലെയും നിരയിലെയും കോണോടുകോണുമുള്ള സംഖ്യകളുടെയെല്ലാം തുക 45 ആണെന്ന് കാണാം. അപ്പോൾ ഇതും ഒരു മാന്ത്രിക ചതുരമാണ്.

5	22	18
28	15	2
12	8	25

ചിത്രം (3)

ചിത്രം (4) ൽ വരിയിലും നിരയിലും കോണോടുകോണുമുള്ള സംഖ്യകളുടെ തുകയെല്ലാം 242 ആണെന്ന് കാണാം.

69	46	73	54
93	34	89	26
48	67	52	75
32	95	28	87

ചിത്രം (4)

ചിത്രം (5)ലെ സംഖ്യകളുടെ ഇതേരീതിയിലുള്ള തുകകളെല്ലാം 242 തന്നെയാണെന്ന് കാണാം. ഈ രണ്ട് മാന്ത്രിക ചതുരങ്ങളും ശ്രദ്ധിച്ചു നോക്കൂ. ആദ്യത്തെ സമചതുരത്തിലെ സംഖ്യകളിലെ അക്കങ്ങളുടെ സ്ഥാനം മാറ്റിയാണ് രണ്ടാമത്തെ സമചതുരം നിർമിച്ചിട്ടുള്ളത്. തുകയും ഇതേപോലെ അക്കങ്ങൾ മാറ്റിയതായി പറയാം.

96	64	37	45
39	43	98	62
84	76	25	57
23	59	82	78

ചിത്രം (5)

1, 2, 3, 4 എന്നീ അക്കങ്ങൾ മാത്രം തുല്യ എണ്ണത്തിൽ ഉപയോഗിച്ചിട്ടുള്ള ഒരു മാന്ത്രിക ചതുരം ചിത്രം (6)ൽ കാണാം.

3142	1343	2241
1341	2242	3143
2243	3141	1342

ചിത്രം (6)

ഇത്തരം അത്ഭുതകരമായ മാന്ത്രിക ചതുരങ്ങൾ നിങ്ങൾ കണ്ടെത്തുമല്ലോ.

19

ദ്വയാംഗ സംഖ്യകളും മാന്ത്രിക ചതുരവും

0, 1, 2, 3, ...9 എന്നിങ്ങനെ പത്ത് അക്കങ്ങൾ ഉപയോഗിച്ചുള്ള ദശക്രമസംഖ്യകളാണ് നാം നമ്മുടെ നിത്യജീവിതത്തിൽ ഉപയോഗിക്കുന്നത്. മനുഷ്യന് പത്ത് വിരലുകൾ ഉള്ളതുകൊണ്ടാണ് പത്ത് അധിഷ്ഠാനമായിട്ടുള്ള ദശക്രമസംഖ്യാ സമ്പ്രദായം രൂപപ്പെട്ടിട്ടുള്ളത്.

ദശക്രമസമ്പ്രദായത്തിൽ സംഖ്യകളിലെ അക്കങ്ങളുടെ സ്ഥാനവില 1, 10, 100, 1000.... എന്നിങ്ങനെയായിരിക്കും. ഇടത്തോട്ട് സ്ഥാനവില കൂടുതലും വലത്തോട്ട് കുറവുമായിരിക്കും.

പത്ത് മാത്രമല്ല 2, 5, 8, 10, 12 എന്നിങ്ങനെയുള്ള സംഖ്യകൾ അടിസ്ഥാനമായും സംഖ്യാക്രമങ്ങളുണ്ട്. രണ്ട് അധിഷ്ഠാനമായ സംഖ്യാ സമ്പ്രദായം ദ്വയക്രമ സമ്പ്രദായം (Binary System) എന്നറിയപ്പെടുന്നു. 0, 1 എന്നീ രണ്ട് അക്കങ്ങൾ മാത്രമാണ് ദ്വയക്രമ സമ്പ്രദായത്തിൽ ഉപയോഗിക്കുന്നത്. ഈ സംഖ്യാസമ്പ്രദായത്തിലെ അക്കങ്ങളുടെ സ്ഥാനവില 1, 2, 4, 8, 16, ... എന്നിങ്ങനെ രണ്ടിന്റെ ഗുണിതങ്ങളായിരിക്കും. ദശക്രമസംഖ്യാസമ്പ്രദായത്തിലെ എല്ലാ സംഖ്യകളെയും ദ്വയക്രമ സമ്പ്രദായത്തിലും ദ്വയക്രമസംഖ്യാസമ്പ്രദായത്തിലെ എല്ലാ സംഖ്യകളെയും ദശക്രമസംഖ്യാ സമ്പ്രദായത്തിലും മാറ്റി എഴുതാൻ കഴിയും. ദ്വയക്രമ സമ്പ്രദായത്തിൽ രണ്ടക്കങ്ങൾ മാത്രം ഉപയോഗിക്കുന്നതിനാൽ സംഖ്യയിൽ കൂടുതൽ അക്കങ്ങൾ ഉണ്ടായിരിക്കും. ദശക്രമ സംഖ്യയിലെ ഏതാനും സംഖ്യകൾക്ക് തുല്യമായ ദ്വയക്രമ സംഖ്യകൾ താഴെ കൊടുക്കുന്നു.

ദശക്രമസംഖ്യ	0	1	2	4	5	8
ദ്വയക്രമസംഖ്യ	0	1	10	100	101	1000

ദശക്രമ സംഖ്യകൾ ഉപയോഗിച്ചുള്ള വളരെ രസകരമായ പ്രത്യേകതയുള്ള ഒരു മാന്ത്രിക ചതുരം നമുക്ക് പരിചയപ്പെടാം. താഴെ തന്നിരിക്കുന്ന മാന്ത്രിക ചതുരം ശ്രദ്ധിക്കുക.

15	2	1	12
4	9	10	7
8	5	6	11
3	14	13	0

ഈ മാന്ത്രികചതുരത്തിൽ 0 മുതൽ 15 വരെയുള്ള എല്ലാ സംഖ്യകളും ഒരു പ്രാവശ്യം മാത്രം ഉപയോഗിച്ചിരിക്കുന്നു. സംഖ്യകൾ ആവർത്തിച്ചിട്ടില്ല. ഓരോ വരിയിലെയും നിരയിലെയും കോണോടുകോണുമുള്ള സംഖ്യകളുടെ തുക 30 വീതമാണ്.

ഈ മാന്ത്രിക ചതുരത്തിലെ സംഖ്യകൾക്ക് പകരം ദ്വയാംഗക്രമത്തിലുള്ള സംഖ്യകൾ ചേർത്താൽ നമുക്ക് താഴെകൊടുത്തിരിക്കുന്ന രീതിയിലുള്ള ഒരു മാന്ത്രിക ചതുരം ലഭിക്കും.

1111	0010	0001	1100
0100	1001	1010	0111
1000	0101	0110	1011
0011	1110	1101	0000

ഈ മാന്ത്രിക ചതുരം 45 ഡിഗ്രി വലത്തോട്ട് ഘടികാര ദിശാരീതിയിൽ കറക്കിയാൽ കിട്ടുന്ന സംഖ്യകളുടെ സ്ഥാനം താഴെ കൊടുക്കുന്നു.

1111

0100 0010

1000 1001 0001

0011 0101 1010 1100

1110 0110 0111

1101 1011

00 00

മുകളിലുള്ള ചിത്രത്തിന് എന്താണ് പ്രത്യേകത? മധ്യത്തിലൂടെ ഒരു കണ്ണാടിവച്ചാൽ ചിത്രം ആവർത്തിക്കപ്പെടും. അതായത് ചിത്രത്തിന് പ്രതിസമ്യത ഉണ്ടെന്ന് പറയും. വളരെ രസകരവും അത്ഭുതകരവുമായ പ്രത്യേകതയാണല്ലോ ഇത്.

20

മാജിക്ക് ക്യൂബ്

നീളവും വീതിയും ഉയരവും തുല്യമായ ത്രിമാനരൂപമാണ് ഗണിതശാസ്ത്രത്തിൽ ക്യൂബ് (cube) എന്നറിയപ്പെടുന്നത്. ഇതിന് സമചതുരാകൃതിയുള്ള ഒരേ വലിപ്പമുള്ള ആറ് മുഖങ്ങൾ ഉണ്ടായിരിക്കും.

ക്യൂബാകൃതിയിലുള്ള ഒരു കളിപ്പാട്ടം ഇപ്പോൾ ലോകത്തിലെങ്ങും വൻ പ്രചാരം നേടിക്കൊണ്ടിരിക്കുകയാണ് 2009 ജനുവരി വരെ ഇത്തരം 35 കോടി ക്യൂബുകൾ വിറ്റഴിഞ്ഞുവത്രെ! മാജിക് ക്യൂബ് എന്ന് ആദ്യകാലത്തും റുബിക്സ് ക്യൂബ് എന്ന് പിൽക്കാലത്തും അറിയപ്പെടുന്ന ക്യൂബിനാണ് ലോകത്ത് ഇത്രയേറെ പ്രചാരം നേടിയെടുക്കാൻ സാധിച്ചത്.

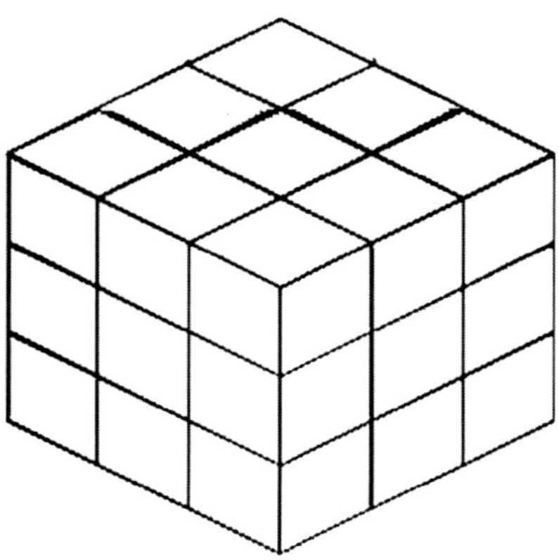

എന്താണ് ഈ മാജിക് ക്യൂബ്? ഒരു സ്റ്റാൻഡേർഡ് മാജിക് ക്യൂബിന് 5.7 സെ മീ നീളമുണ്ടായിരിക്കും. ഇതേ വീതിയും ഉയരവുമാണെന്ന് പ്രത്യേകത പറയേണ്ടതില്ലല്ലോ. ഇതിന് തുല്യ വിസ്തീർണമുള്ള ആറ് മുഖങ്ങൾ ഉണ്ടായിരിക്കും. ഓരോ മുഖത്തും 9 ചെറിയ ക്യൂബുകൾ ചേർത്തുവെച്ചിരിക്കും. ഇവക്ക് വ്യത്യസ്തനിറങ്ങൾ നൽകിയിരിക്കും. സാധാരണമായി ചുവപ്പ്, നീല, വെള്ള, പച്ച, മഞ്ഞ എന്നീ നിറങ്ങൾ ഉപയോ

ഗിക്കുന്നു. ഇതിലെ ചെറിയ ക്യൂബുകൾ പലവിധത്തിൽ ചലിപ്പിക്കാൻ സാധിക്കും. ഓരോ മുഖത്തുമുള്ള ക്യൂബുകൾക്ക് വ്യത്യസ്തനിറങ്ങൾ ഉള്ള രീതിയിൽ വെച്ചശേഷം ഓരോ മുഖത്തും ഒരേ നിറം വരത്ത രീതി യിൽ ക്രമീകരിക്കുന്നതാണ് നമ്മുടെ മുന്നിലുള്ള പ്രശ്നം.

കേൾക്കുമ്പോൾ വളരെ നിസ്സാരമായ ഒരു പ്രശ്നമായി ഇത് തോന്നാം. എട്ട് മൂലകളിലുള്ള ഓരോ ക്യൂബിനും മൂന്ന് നിറങ്ങൾ ഉണ്ടാ യിരിക്കും. വക്കിലുള്ള ക്യൂബുകൾക്ക് രണ്ട് നിറങ്ങൾകാണും. ഇവ പല തരത്തിൽ കറക്കിയാണ് പ്രശ്നം പരിഹരിക്കേണ്ടത് പരമാവധി എത്ര കൂടുതൽ കറക്കേണ്ടിവരുമെന്ന് ഗണിതശാസ്ത്രജ്ഞന്മാർ കണക്കുകൂട്ടി കണ്ടെത്തിയിട്ടുണ്ട്. അധികമൊന്നും വേണ്ട 43252003274489856000 തര ത്തിൽ കറക്കമുണ്ടെന്നാണ് കണ്ടെത്തിയിട്ടുള്ളത്. ഒരു സെക്കന്റുകൊണ്ട് ഒരു കറക്കം നടത്തിയാൽത്തന്നെ പതിനാല് കോടിയിലേറെ വർഷങ്ങൾ വേണ്ടി വരും. നമ്മുടെ പ്രപഞ്ചമുണ്ടായിട്ട് പതിനാലായിരം വർഷം ആയി ട്ടുള്ളൂ എന്ന് മനസിലാക്കിയാൽ തന്നെ നമുക്ക് ഈ ക്യൂബിന്റെ മാജിക് മനസിലാകും. കറക്കങ്ങളുടെ ഈ കണക്ക് ഒരു പൊങ്ങച്ചമായി പറ ഞ്ഞതല്ല. ഗണിതശാസ്ത്രജ്ഞന്മാർ കണക്കുകൂട്ടി എടുത്തതാണ്. ആകെ കറക്കങ്ങളുടെ എണ്ണം ആണെന്നാണ് $8! \times 3^7 \times 12! \times 2^{10}$ അവർ കണ്ടെ ത്തിയിട്ടുള്ളത്. ഇതിൽ 8! എന്നാൽ $1 \times 2 \times 3 \times 4 \times 5 \times 6 \times 7 \times 8$ ആണ്. അപ്പോൾ 12! എന്നത് ഇതേപോലെ 12 വരെയുള്ള സംഖ്യകളുടെ ഫല മായാണ് അവർ ഇത്രയും വലിയ ഒരു സംഖ്യയിലെത്തിയിരിക്കുന്നത്! ഈ ഉത്തരം ശരിക്കും നമ്മെയാണ് കറക്കുന്നത്!

1970 ൽ ലാറി നിക്കോളസ് ആണ് മാജിക് ക്യൂബിന്റെ ഒരു ലഘുരൂ പമായ രണ്ട് വീതം ചെറിയ ക്യൂബുകൾ ഉൾക്കൊള്ളുന്ന ഒരു മാജിക് ക്യൂബിന് രൂപംനൽകിയത്. കാന്തം കൊണ്ടാണ് ഇവ പരസ്പരം ബന്ധി ച്ചിരുന്നത്. 1974 ൽ എർനോ റുബിക് എന്നൊരാൾ മൂന്ന് വീതം ക്യൂബു കളുള്ള മാജിക് ക്യൂബ് ആവിഷ്കരിച്ചു. ഒരു അധ്യാപകൻ എന്ന നില യിൽ തന്റെ കുട്ടികൾക്ക് ത്രിമാനരൂപത്തിലുള്ള വസ്തുക്കളെപ്പറ്റി വിശ ദീകരിക്കുന്നതിനാണ് ഇത്തരമൊരു ക്യൂബ് രൂപപ്പെടുത്തിയത്. പക്ഷേ ഇതിന്റെയൊരു മാന്ത്രികത മനസിലാക്കിയതോടെ വളരെ വേഗത്തിൽ ഒരു പ്രശ്നകളിപ്പാട്ട(puzzle toy)മെന്ന നിലയിൽ പ്രചാരം നേടുകയു ണ്ടായി.

1981 ൽ ജർമനിയിലെ ഫ്രോഷിമിറ്റ എന്ന വനിത വിവാഹമോചന ത്തിന് കോടതിയിലെത്തിയത് റുബ്ക്സ് ക്യൂബ് കാരണമായിരുന്നു എന്ന രീതിയിലേക്കുള്ള അത്ഭുതങ്ങളിലേക്കാണ് പിന്നീട് റുബിക്സ് ക്യൂബ് ജനങ്ങളെ കീഴടക്കിയത്. തന്റെ ഭർത്താവ് തന്നോട് തീരെ സംസാ രിക്കുകപോലും ചെയ്യുന്നില്ലെന്നും എപ്പോഴും റുബിക്സ് ക്യൂബുകൊ ണ്ടുള്ള കളിയാണെന്നുമായിരുന്നു ആ വനിതയുടെ പരാതി. ലോകത്ത് നടന്ന പല ഫുട്ബോൾ കളികളും, റുബിക്സ് ക്യൂബിൽ കളിക്കാർ

ലയിച്ചു പോയതുകൊണ്ട് വൈകിത്തുടങ്ങുകയോ മാറ്റിവയ്ക്കുകയോ ചെയ്യേണ്ടിവന്നിരുന്നുവത്രേ!

റുബിക്സ് ക്യൂബിനെ ആസ്പദമാക്കി നിരവധി അന്താരാഷ്ട്ര മത്സരങ്ങൾ സംഘടിപ്പിച്ചുവരുന്നുണ്ട്. മാത്രമല്ല പല രസികൻ മത്സരങ്ങളിലേക്കും വഴി തുറക്കപ്പെട്ടിട്ടുണ്ട്. രണ്ടുപേരിൽ ഒരാൾ കണ്ണുകെട്ടി, കണ്ണുകെട്ടാത്തയാളിന്റെ നിർദേശപ്രകാരം ചെയ്യുക, ഒറ്റക്കൈ കൊണ്ട് ചെയ്യുക, കാലുകൾകൊണ്ട് ചെയ്യുക എന്നിവയാണ് ഇത്തരം രസകരമായ മത്സരങ്ങൾ. ഒരുവശത്ത് മൂന്ന് വീതം ക്യൂബുകൾ (3 x 3 x 3) കൂടാതെ എണ്ണം വ്യത്യാസപ്പെടുത്തിയ ക്യൂബുകളും, ഇപ്പോൾ പ്രചാരത്തിലുണ്ട്. രണ്ട് വീതം ഉള്ളവ (2 x 2 x 2) മിനി ക്യൂബ് എന്നറിയപ്പെടുന്നു. മൂന്നുള്ളവ (3 x 3 x 3) സ്റ്റാന്റേർഡ് ക്യൂബ് എന്നും, നാല് വീതം ഉള്ളവ (4 x 4 x 4) മാസ്റ്റർ ക്യൂബ് എന്നും, അഞ്ച് വീതം ഉള്ളവ (5 x 5 x 5) പ്രൊഫസേഴ്സ് ക്യൂബ് എന്നും 6 വീതം ഉള്ളവ (6 x 6 x 6) എന്നത് വി ക്യൂബ് 6 എന്നും ഏഴ് വീതം ഉള്ളത് (7 x 7 x 7) വി ക്യൂബ് 7 എന്നും അറിയപ്പെടുന്നു.

പ്രശ്നനിർധാരണം ചെയ്യാനുള്ള ഒരു കളിപ്പാട്ടം എന്ന നിലയിൽ ലോകത്ത് ഏറ്റവും കൂടുതൽ വിറ്റഴിക്കപ്പെട്ടു എന്നതുതന്നെ ഈ മാജിക് ക്യൂബിന്റെ ജനകീയതയും ആകർഷണീയതയും വ്യക്തമാക്കുന്നു. ഇപ്പോൾ ഗോളാകൃതിയുള്ള കളിപ്പാട്ടവും ആവിഷ്കരിക്കപ്പെട്ടിട്ടുണ്ട്.

21

എലിമെന്റ്സ്

***ബൈ**ബിൾ* കഴിഞ്ഞാൽ ലോകത്തിലേറ്റവും കൂടുതൽ പതിപ്പുകൾ പ്രസിദ്ധീകരിക്കപ്പെട്ട ഗ്രന്ഥമാണ് *ഗണിതശാസ്ത്രജ്ഞരുടെ ബൈബിൾ* എന്നറിയപ്പെടുന്ന *എലിമെന്റ്സ്* (Elements). അടിസ്ഥാന തത്വങ്ങൾ എന്ന് ഭാഷാന്തരീകരണം നടത്താവുന്ന *എലിമെന്റ്സ്* രചിച്ചത് ക്രിസ്തുവിനും 300 വർഷങ്ങൾക്കുമുമ്പ് ഗ്രീക്ക് ഗണിതശാസ്ത്രജ്ഞൻ യൂക്ലിഡാണ്. ഈ ഗ്രന്ഥത്തിന്റെ രചനകൊണ്ടുതന്നെ അദ്ദേഹം ജ്യാമിതിയുടെ പിതാവ് (Father of Geometry) എന്നറിയപ്പെടുന്നു

ലോകത്തിൽ ഇതുവരെ രചിക്കപ്പെട്ട ഏറ്റവും വിജയകരമായതും സ്വാധീനം ചെലുത്തുന്നതുമായ പാഠപുസ്തകം (Text Book) എന്ന വിശേഷണം തന്നെ ഈ ഗ്രന്ഥത്തിന്റെ പ്രാധാന്യം വ്യക്തമാക്കും. ആരാലും ചോദ്യം ചെയ്യപ്പെടാതെ രണ്ടായിരം വർഷങ്ങളാണ് ഈ ഗ്രന്ഥം ഗണിതവിജ്ഞാനലോകത്തിന്റെ രാജകീയ സിംഹാസനത്തിൽ വാണരുളിയത്.

പതിനെട്ടാം നൂറ്റാണ്ടിൽ ജീവിച്ചിരുന്ന, ഗണിതശാസ്ത്രത്തിന്റെ രാജകുമാരൻ (Prince of Mathematics) എന്നറിയപ്പെടുന്ന, കാൾ ഫ്രെഡറിക്ക് ഗോസിന് *എലിമെന്റ്*സിലെ ഒരു പ്രമാണത്തെപ്പറ്റി സംശയമുണ്ടായെങ്കിലും അത് മറ്റു ഗണിതശാസ്ത്രജ്ഞരോട് പറയാൻ ധൈര്യമുണ്ടായിരുന്നില്ല. ഇത്രയും ആധികാരികമായ ഒരു ഗ്രന്ഥത്തെപ്പറ്റി വല്ലതും എതിർത്തു പറഞ്ഞാൽ താൻ ഒരു പരിഹാസ കഥാപാത്രമായിത്തീരുമെന്നായിരുന്നു അദ്ദേഹത്തിന്റെ ഭയം. ആദ്യത്തെ അമേരിക്കൻ പ്രസിഡന്റായിരുന്ന എബ്രഹാം ലിങ്കൺ *എലിമെന്റ്*സിന്റെ പ്രതി തന്റെ പെട്ടിയിൽ സൂക്ഷിക്കുകയും എല്ലാ ദിവസവും രാത്രി പഠനം നടത്തുകയും ചെയ്തിരുന്നുവത്രെ. ശാസ്ത്രജീനിയസായ ഐൻസ്റ്റൈന് തന്റെ കുട്ടി

ക്കാലത്ത് കിട്ടി. ഏറ്റവും വിലപിടിച്ച രണ്ട് സമ്മാനങ്ങൾ *എലിമെന്റ്സും* ഒരു കാന്തിക കോമ്പസും (Magnetic Compass) ആയിരുന്നു. ഈ രണ്ട് സമ്മാനങ്ങൾ അദ്ദേഹത്തിന്റെ ജീവിതത്തിൽ വളരെയധികം സ്വാധീനം ചെലുത്തി. ഐൻസ്റ്റൈൻ *എലിമെന്റ്*സിനെ വിശേഷിപ്പിച്ചിരുന്നത് 'ദിവ്യ മായ കൊച്ചു ഗണിതഗ്രന്ഥം' (Holy little Geometry book) എന്നായിരുന്നു.

താഴെ കൊടുത്തിരിക്കുന്ന 13 പുസ്തകങ്ങളുടെ ഒരു സമാഹാര മാണ് *എലിമെന്റ്സ്.*

പുസ്തകം 1	*ത്രികോണങ്ങൾ, ലംബങ്ങൾ, സമാന്തരങ്ങൾ വിസ്തീർണം, പൈഥഗോറസ് സിദ്ധാന്തം*
പുസ്തകം 2	*വിസ്തീർണങ്ങളുടെ പരസ്പരമാറ്റം ജ്യാമിതീയ ബീജഗണിതം*
പുസ്തകം 3	*വൃത്തങ്ങൾ, ഞാണുകൾ, സ്പർശരേഖകൾ*
പുസ്തകം 4	*ബഹുഭുജങ്ങളും വൃത്തങ്ങളും*
പുസ്തകം 5	*അനുപാതം*
പുസ്തകം 6	*സദൃശരൂപങ്ങളിൽ അനുപാതത്തിന്റെ ഉപയോഗം*
പുസ്തകം 7	*സംഖ്യാസിദ്ധാന്തം*
പുസ്തകം 8	*ആവർത്തന അനുപാതം*
പുസ്തകം 9	*അഭാജ്യസംഖ്യകൾ*
പുസ്തകം 10	*അഭിന്നകങ്ങൾ*
പുസ്തകം 11	*ഒന്നാം പുസ്തകത്തിലെ ജ്യാമിതിയുമായി ബന്ധപ്പെട്ട ഖരജ്യാമിതി*
പുസ്തകം 12	*വൃത്തങ്ങൾ*
പുസ്തകം 13	*ക്രമ ഖര രൂപങ്ങൾ*

എലിമെന്റ്സിൽ വിവരിക്കപ്പെടുന്ന ഗണിതവസ്തുതകളെല്ലാം യൂക്ലിഡിന്റെ സംഭാവനയല്ല. അദ്ദേഹത്തിന്റെ മുൻഗാമികളായ ഗണിത ശാസ്ത്രജ്ഞന്മാരുടെ കണ്ടുപിടുത്തങ്ങൾ സമാഹരിക്കുകയാണ് അദ്ദേഹം ചെയ്തിട്ടുള്ളത്. പക്ഷേ പൂർണമായും സമാഹരിക്കപ്പെട്ടതാണ് എന്ന് പറയാനും നിവൃത്തിയില്ല. ഏതെല്ലാം വസ്തുതകളാണ് അദ്ദേഹത്തിന്റേതെന്ന് നിർണയിക്കാനും സാധിച്ചിട്ടില്ല. ജ്യാമിതീയ സിദ്ധാന്തങ്ങളിൽ പലതിനും അദ്ദേഹം സ്വന്തമായി തെളിവുകൾ നൽകിയിട്ടുണ്ട്. ചില സിദ്ധാന്തങ്ങൾക്ക് മുമ്പുണ്ടായിരുന്ന വിഷമകരവും സങ്കീർണവുമായവ മാറ്റി പകരം എളുപ്പമായ തെളിവുകൾ നൽകിയിട്ടുണ്ട്.

അഞ്ചോ ആറോ നൂറ്റാണ്ടിൽ ബോത്തിയസ് (Bothus) ലാറ്റിനിലേക്ക് വിവർത്തനം ചെയ്യുന്നതിന് മുമ്പ് മറ്റ് ഭാഷകളിലേക്ക് ഈ ഗ്രന്ഥം വിവർത്തനം ചെയ്യപ്പെട്ടതായി രേഖകളില്ല. സുമാർ 760 ലാണ് ബൈസാൻറ്റൈൻ (Byzantines) വഴി *എലിമെന്റ്സ്* അറബികളുടെ കൈകളിലെത്തുന്നത്. യൂക്ലിഡിന്റെ ഒരു ശിഷ്യൻ പ്രോക്ലോ (Proclo) പകർത്തിയ ഒരു പ്രതിയാണ് അറബികൾക്ക് കിട്ടിയത്. ഹാറൂൺ അൽ

റഷീദിന്റെ കാലത്ത് ഈ ഗ്രന്ഥം അറബിയിലേക്ക് വിവർത്തനം ചെയ്യപ്പെട്ടു. 1200 വരെ ഈ ഗ്രന്ഥം യൂറോപ്പിൽ ലഭ്യമായിരുന്നില്ല. അഡേലാർഡ് (Adelard) ഒരു മുസ്ലീം വിദ്യാർഥിയായി ആൾമാറാട്ടം നടത്തിയാണ് ഇതിന്റെ ഒരു കോപ്പി യൂറോപ്യന്മാർ കൈക്കലാക്കിയത്. 1482 ൽ *എലിമെന്റ്സിന്റെ* ആദ്യത്തെ അച്ചടിപ്പതിപ്പ് പ്രസിദ്ധീകരിക്കപ്പെട്ടു. പിന്നീട് വിവിധ ഭാഷകളിലായി ആയിരക്കണക്കിന് പതിപ്പുകളാണ് പുറത്തിറങ്ങിയത്.

ഗണിതശാസ്ത്രജ്ഞർ മാത്രമല്ല മറ്റു മേഖലകളിൽ പ്രസിദ്ധരായിത്തീർന്ന ധാരാളമാളുകളും *എലിമെന്റ്സ്* തങ്ങളുടെ കണ്ടുപിടുത്തങ്ങൾക്ക് പ്രയോജനപ്പെടുത്തിയിരുന്നു. കോപ്പർനിക്കസ്, കെപ്ലർ, ഗലീലിയോ ഗലീലി തുടങ്ങിയവരൊക്കെ തങ്ങളുടെ കണ്ടുപിടുത്തങ്ങൾക്ക് *എലിമെന്റ്സിനോട്* കടപ്പെട്ടിരിക്കുന്നു. ബർട്രന്റ് റസലും എ എൻ വൈറ്റ്ഹെഡും ചേർന്നെഴുതിയ *പ്രിൻസിപ്പിയ മാത്തമാറ്റിക്കയുടെയും* പ്രചോദകകേന്ദ്രം മറ്റൊന്നായിരുന്നില്ല. *എലിമെന്റ്സ്* പോലുള്ള ഒരു ഗ്രന്ഥരചനക്ക് തയാറായതിന്റെ പേരിലാണ് *പ്രിൻസിപ്പിയ* നമുക്ക് ലഭിച്ചത്.

ഇന്ന് സാമാന്യ വിദ്യാഭ്യാസത്തിന് ലോകത്തിലെല്ലായിടത്തും ഉപയോഗിക്കുന്ന ജ്യാമിതി പാഠപുസ്തകങ്ങൾ *എലിമെന്റ്സിനോട്* കടപ്പെട്ടിരിക്കുന്നു. ഈ ജ്യാമിതി യൂക്ലിഡിയൻ ജ്യാമിതി എന്നറിയപ്പെടുന്നു. പതിനെട്ടാം നൂറ്റാണ്ടോടെ എലിമെന്റ്സിലെ ഒരു പ്രമാണമായ സമാന്തര പ്രമാണം (Parallel Postulate) ചോദ്യം ചെയ്യപ്പെടുകയും, യൂക്ലിഡേതര ജ്യാമിതികൾ രൂപപ്പെടാൻ ഇടയാവുകയും ചെയ്തിട്ടുണ്ട്. പക്ഷേ ലോകത്തെല്ലായിടത്തുമുള്ള വിദ്യാർഥികൾ അടിസ്ഥാനമായി പഠിക്കുന്ന ജ്യാമിതിയ വസ്തുതകൾ *എലിമെന്റ്സിൽ* ഉള്ളതുതന്നെയാണ്. ഇതുതന്നെയാണ് *എലിമെന്റ്സിന്റെ* പ്രാധാന്യവും പ്രസക്തിയും.

22

വിസ്തീർണത്തെപ്പറ്റി അൽപ്പം

ഒരു ത്രികോണത്തിന്റെ മൂന്ന് വശങ്ങൾ തന്നാൽ വിസ്തീർണം കാണുന്നതിന് ഹെറോണിന്റെ സൂത്രവാക്യം (Heron's Formula) ഉപയോഗിക്കുന്നു. വശങ്ങളുടെ നീളങ്ങൾ a, b, c യും ചുറ്റളവിന്റെ പകുതി s ഉം ആയാൽ ത്രികോണത്തിന്റെ വിസ്തീർണം $A = \sqrt{S(s-a)(s-b)(s-c)}$ ആയിരിക്കും എന്നാണ് ഹെറോണിന്റെ സൂത്രവാക്യം.

ഏത് ത്രികോണത്തെയും ഒരു വൃത്തത്തിൽ അന്തർലേഖനം ചെയ്യാമെന്നതാണ് ത്രികോണത്തിന്റെ ഒരു സവിശേഷത. അതായത് (ചിത്രം1)

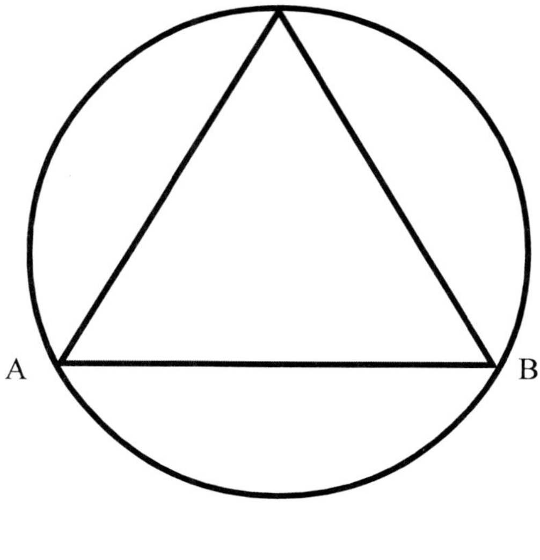

ത്രികോണത്തിന്റെ മൂന്ന് ശീർഷങ്ങളെയും ഉൾപ്പെടുത്താൻ സാധിക്കത്തക്ക രീതിയിൽ ഒരു വൃത്തം വരയ്ക്കാം. പക്ഷേ നാലുവശമുള്ള ചതുർഭുജത്തെ ഇങ്ങനെ ഒരു വൃത്തത്തിൽ ഉൾക്കൊള്ളിക്കാൻ സാധിച്ചു എന്ന് വരില്ല. ഇങ്ങനെ സാധിക്കുന്ന ചതുർഭുജം ചക്രിയ ചതുർഭുജം (Cyclic Quadrilateral) എന്നറിയപ്പെടുന്നു. ചക്രിയ ചതുർഭുജത്തിന്റെ ഒരു പ്രത്യേകത ഇതിന്റെ എതിർകോണുകളുടെ തുക 180 ഡിഗ്രി ആയിരിക്കുമെന്നതാണ്.

ഒരു ചക്രിയ ചതുർഭുജത്തിന്റെ വിസ്തീർണം കാണാനുള്ള സൂത്രവാക്യം ഭാരതീയ ഗണിതശാസ്ത്രജ്ഞൻ ബ്രഹ്മഗുപ്തൻ കണ്ടുപിടിച്ചിട്ടുണ്ട്. ഇത് ബ്രഹ്മഗുപ്ത സൂത്രവാക്യം (Brahmagupta's Formula) എന്നറിയപ്പെടുന്നു.

ഒരു ചക്രിയ ചതുർഭുജത്തിന്റെ വശങ്ങളുടെ നീളങ്ങൾ a, b, c, d യും ചുറ്റളവിന്റെ പകുതി S ഉം ആയാൽ ചതുർഭുജത്തിന്റെ വിസ്തീർണം $A = \sqrt{S(s-a)(s-b)(s-c)(s-d)}$ ആയിരിക്കും എന്ന് ബ്രഹ്മഗുപ്ത സിദ്ധാന്തം വ്യക്തമാക്കുന്നു.

ഈ സൂത്രവാക്യത്തിൽ d = 0 ആയാൽ നമുക്ക് ഹെറോണിന്റെ സൂത്രവാക്യത്തിലെത്താം.

സാധാരണ ഒരു ചതുർഭുജത്തിന്റെ വിസ്തീർണം കാണാനെന്താണ് സൂത്രവാക്യം ബ്രഹ്മഗുപ്ത സൂത്രവാക്യത്തെപ്പോലുള്ള ഒരു സൂത്രവാക്യം ലഭ്യമാണോ? രണ്ട് ത്രികോണങ്ങളാക്കി ഭാഗിച്ച് തുക കാണുന്ന രീതി മാത്രമാണോ ചതുർഭുജത്തിന്റെ വിസ്തീർണം കാണുന്നതിനുള്ള മാർഗം? ഈ ചോദ്യങ്ങൾക്ക് ഉത്തരമാണ് ബ്രഷ് നീഡേർസിന്റെ സൂത്രവാക്യം (Bretsncider's Formula) ജർമൻ ഗണിതശാസ്ത്രജ്ഞൻ ബ്രഷ്നീഡർ (1808–78) ആണ് ഈ സൂത്രവാക്യം അവതരിപ്പിച്ചത്. വശങ്ങളുടെ നീളങ്ങൾ a, b, c, d ഉം ചുറ്റളവിന്റെ പകുതി S ഉം ആയ ചതുർഭുജത്തിന്റെ വിസ്തീർണം $K = \sqrt{S(s-a)(s-b)(s-c)(s-d) - abcd\, Cos2Q}$ എന്നതാണ് ഈ സൂത്രവാക്യം ഇതിൽ Q (തീറ്റ) എന്നത് എതിർകോണുകളുടെ തുകയുടെ പകുതി അഥവാ എതിർകോണുകളുടെ ശരാശരി ആയിരിക്കും.

ചതുർഭുജത്തിന്റെ ആകെ കോണുകളുടെ അളവുകളുടെ തുക 360 ഡിഗ്രി ആയതിനാൽ എതിർകോണുകളുടെ അളവുകൾ ഏതായാലും ഇവയുടെ കോസ്മൂല്യം തുല്യമായിരിക്കും.

ചക്രിയ ചതുർഭുജമാകുമ്പോൾ എതിർകോണുകളുടെ ശരാശരി 90 ആയിരിക്കും കോസ് 90 = പൂജ്യം ആയതിനാൽ abed Cos2Q എന്നത് പൂജ്യമായിരിക്കും. അപ്പോൾ നാം ബ്രഹ്മഗുപ്ത സൂത്രവാക്യത്തിലെത്തിച്ചേരും. ബ്രഹ്മഗുപ്ത സൂത്രവാക്യത്തിൽ d = 0 ആയാൽ ഹെറോണിന്റെ സൂത്രവാക്യത്തിലെത്തിച്ചേരും. ഈ സൂത്രവാക്യങ്ങളുടെ കണ്ടുപിടുത്തങ്ങൾ നടന്നിട്ടുള്ള കാലക്രമം ശ്രദ്ധേയമാണ്.

23

ചുറ്റളവും വിസ്തീർണവും

ഒരു ബഹുഭുജത്തിന്റെ ചുറ്റളവും വിസ്തീർണവും തമ്മിലെന്തെങ്കിലും ബന്ധമുണ്ടോ? ചുറ്റളവും വിസ്തീർണവും തമ്മിൽ മൗലികമായ ഒരു വ്യത്യാസമുള്ളത് നാം ശ്രദ്ധിക്കണം. ചുറ്റളവ് എന്നത് ഒരു ഏകമാന ഏകക (One diamensional unit)മാണ്.

ഒരു ബഹുഭുജത്തിന്റെ ചുറ്റളവും വിസ്തീർണവും തമ്മിൽ പരസ്പരം ബന്ധമുണ്ട് എന്നുതന്നെയാണ് വിശ്വസിക്കേണ്ടത്. വലിയ വിസ്തീർണമുള്ള ഒരു രൂപത്തിന് വലിയ ചുറ്റളവില്ലാതെ വയ്യ. പക്ഷേ വലിയ ചുറ്റളവുണ്ടായാൽ വലിയ വിസ്തീർണമുണ്ടാവണമെന്നില്ല. ഉദാഹരണമായി നീളത്തെ അപേക്ഷിച്ച് വീതി വളരെ കുറവായ ഒരു ചതുരത്തിന്റെ വിസ്തീർണം തുല്യമായ അതേ ചുറ്റളവുള്ള ചതുരത്തിന് കൂടുതൽ വിസ്തീർണം കാണാം. ഒരു നിശ്ചിത ചുറ്റളവിൽ പരമാവധി കൂടുതൽ വിസ്തീർണം കിട്ടുന്ന ജ്യാമിതീയ രൂപം വൃത്തമാണെന്നു കാണാം.

12 സെ മീ ചുറ്റളവുള്ള പൂർണസംഖ്യകൾ വിസ്തീർണങ്ങളായുള്ള എത്ര ജ്യാമിതീയ രൂപങ്ങൾ നമുക്ക് നിർമിക്കാം? ചില രൂപങ്ങൾ താഴെ കൊടുക്കുന്നു.

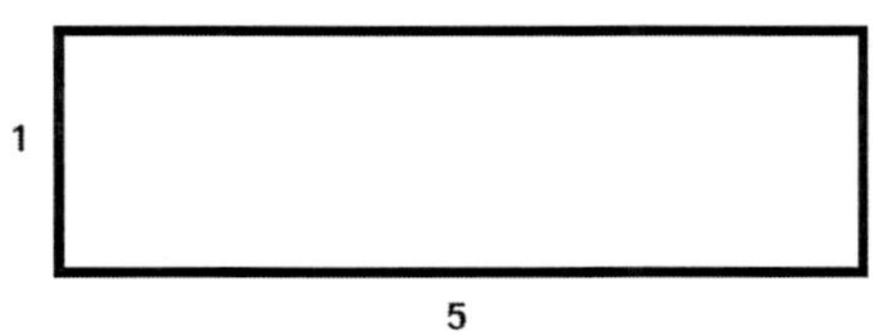

ചിത്രം (1)

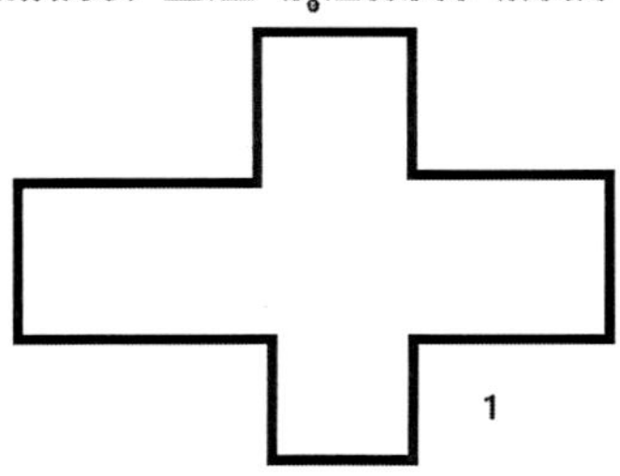

ചിത്രം (2)

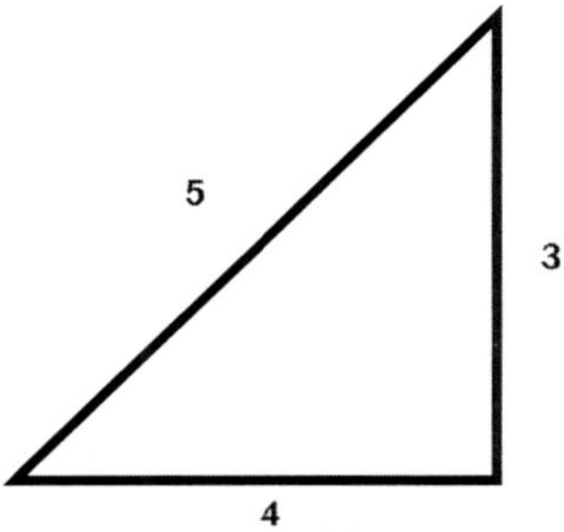

ചിത്രം (3)

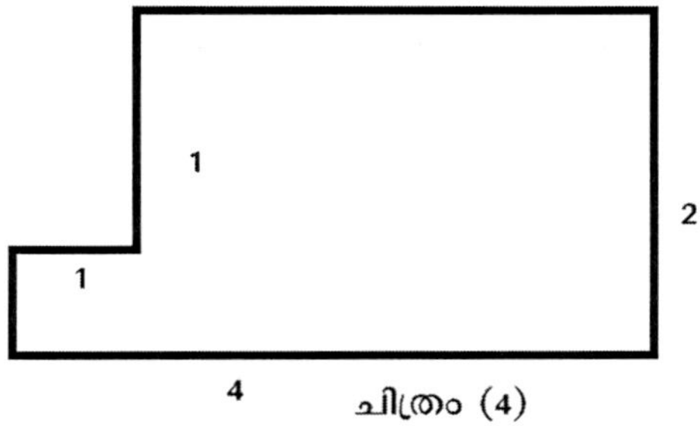

ചിത്രം (4)

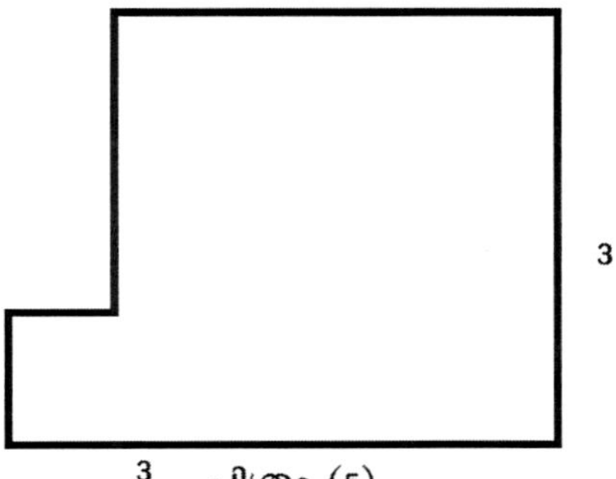

ചിത്രം (5)

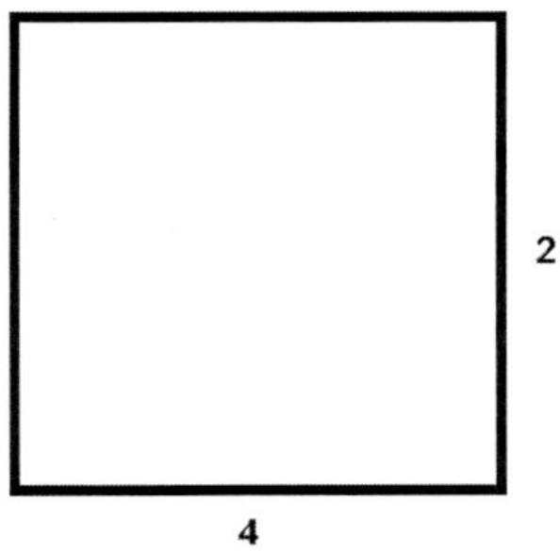

ചിത്രം (6)

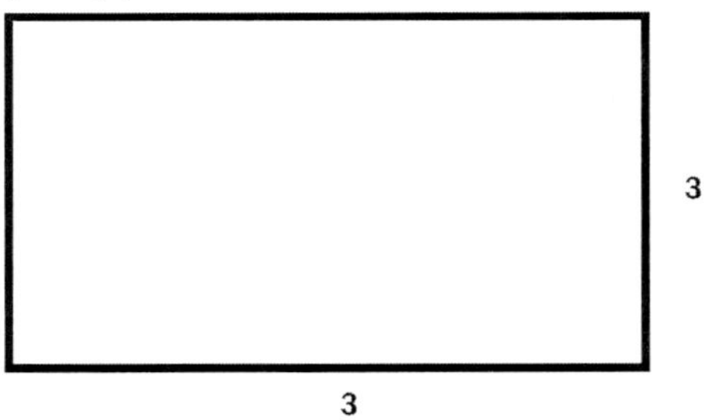

ചിത്രം (7)

ചിത്രം (1) ൽ 5 യൂണിറ്റ് നീളവും ഒരു യൂണിറ്റ് വീതിയുമുള്ള ഒരു ചതുരമാണുള്ളത്. ഇതിന്റെ വിസ്തീർണം 5 ചതുരശ്രയൂണിറ്റായിരിക്കും.

ചിത്രം (2) ൽ ഓരോ യൂണിറ്റ് വീതം വിസ്തീർണമുള്ള അഞ്ച് സമചതുരങ്ങൾ കാണാം. അതായത് ആകെ വിസ്തീർണം 5 ചതുരശ്ര യൂണിറ്റായിരിക്കും.

ചിത്രം (3) ഒരു മട്ടത്രികോണമാണ്. പാദം 4 യൂണിറ്റും ഉന്നതി 3 യൂണിറ്റും ആയതിനാൽ വിസ്തീർണം 6 ചതുരശ്ര യൂണിറ്റായിരിക്കും.

ചിത്രം (4) 4 യൂണിറ്റ് നീളവും 2 യൂണിറ്റ് വീതിയുമുള്ള ഒരു ചതുരത്തിൽനിന്ന് ഒരു യൂണിറ്റ് വിസ്തീർണമുള്ള സമചതുരം മാറ്റിയിരിക്കുന്നു. അപ്പോൾ വിസ്തീർണം 7 ചതുരശ്ര യൂണിറ്റായിരിക്കും.

ചിത്രം (5)ൽ 3 യൂണിറ്റ് വീതം വിസ്തീർണമുള്ള ചതുരത്തിൽനിന്നും 2 ചതുരശ്രയൂണിറ്റ് വിസ്തീർണമുള്ള ഭാഗം മാറ്റിയിരിക്കുന്നു. ഈ രൂപത്തിന്റെ വിസ്തീർണവും 7 ചതുരശ്രയൂണിറ്റായിരിക്കും.

ചിത്രം (6) 4 യൂണിറ്റ് നീളവും 2 യൂണിറ്റ് വീതിയുമുള്ള ചതുരമാണ്. വിസ്തീർണം 8 ചതുരശ്ര യൂണിറ്റായിരിക്കും.

ചിത്രം (7) മൂന്ന് യൂണിറ്റ് വീതം വശമുള്ള സമചതുരം ആയതിനാൽ വിസ്തീർണം 9 ചതുരശ്ര യൂണിറ്റ് ആയിരിക്കും.

ഒരേ നീളമുള്ള പന്ത്രണ്ട് തീപ്പെട്ടിക്കമ്പുകൾ തന്നിരിക്കുന്നു. 5 യൂണിറ്റു മുതൽ 9 യൂണിറ്റ് വരെ വിസ്തീർണമുള്ള ജ്യാമിതീയ രൂപങ്ങൾ എങ്ങനെ നിർമിക്കാം എന്ന പ്രശ്നത്തിന്റെ ഉത്തരമായി മേൽ ചിത്രങ്ങൾ പരിഗണിക്കാം.

24

സിലിണ്ടറിന്റെ വ്യാപ്തം

നമ്മുടെ നിത്യജീവിതത്തിൽ ധാരാളമായി കാണുന്ന ഒരു രൂപമാണ് സിലിണ്ടർ അഥവാ വൃത്തസ്തംഭം. സിലിണ്ടറിന്റെ രണ്ട് അഗ്രഭാഗവും വൃത്തക്ഷേത്രങ്ങളായിരിക്കും. പാർശ്വമുഖം വക്രമുഖമായിരിക്കും. അടിഭാഗം മുതൽ മുകളറ്റംവരെ ഒരേ വലുപ്പമായിരിക്കും. കടലാസ് ഷീറ്റ് കൊണ്ട് നമുക്ക് സിലിണ്ടർ ഉണ്ടാക്കാം.

സിലിണ്ടറിനെ നമുക്ക് ഒരു പാത്രത്തോട് ഉപമിക്കാം. അടിഭാഗം മുതൽ മുകളറ്റംവരെ ഒരേ വലിപ്പമുള്ള ഗ്ലാസ്, ബക്കറ്റ്, ജാർ എന്നിവയൊക്കെ സിലിണ്ടർ ആയി പരിഗണിക്കാം.

ഒരേ വലിപ്പമുള്ള രണ്ട് ഷീറ്റുകൾ (കടലാസ്, ടിൻ മുതലായവ) നമുക്ക് തന്നിരിക്കുന്നു എന്ന് കരുതുക. ഇവയുടെ നീളവും വീതിയും വ്യത്യസ്തമാണ് എന്ന് കരുതുക. ഇവ വ്യത്യസ്തമായ രീതിയിൽ മടക്കിക്കൊണ്ട് നമുക്ക് രണ്ട് വിധത്തിലുള്ള സിലിണ്ടറുകൾ ഉണ്ടാക്കാൻ സാധിക്കും.

ഉദാഹരണമായി ഷീറ്റിന്റെ നീളം 20 സെ മീ എന്നും വീതി 10 സെ മീ എന്നും കണക്കാക്കുക. രണ്ട് ഷീറ്റുകൾ ഉപയോഗിച്ച് നിർമിച്ചിരിക്കുന്ന രണ്ട് സിലിണ്ടറുകൾ താഴെ കൊടുക്കുന്നു.

A എന്ന സിലിണ്ടറിന് ഉയരം കുറവാണ്. പക്ഷേ അഗ്രമുഖ വിസ്തീർണം കൂടുതലാണ് B എന്ന സിലിണ്ടറിന് ഉയരം കൂടുതലുണ്ട്, പക്ഷേ അഗ്രമുഖ വിസ്തീർണം കുറവാണ്. ഏത് സിലിണ്ടറിനാണ് കൂടുതൽ വ്യാപ്തം ഉണ്ടാവുക എന്ന് പറയാമോ?

ഒരേ വലിപ്പമുള്ള ഷീറ്റുകൾ ഉപയോഗിച്ച് നിർമിച്ചതാകയാൽ, ഇവയുടെ വക്രമുഖ വിസ്തീർണങ്ങൾ തുല്യമായിരിക്കും എന്ന് നമുക്ക് ഉറപ്പിക്കാം. വ്യാപ്തങ്ങൾ തുല്യമായിരിക്കുമോ?

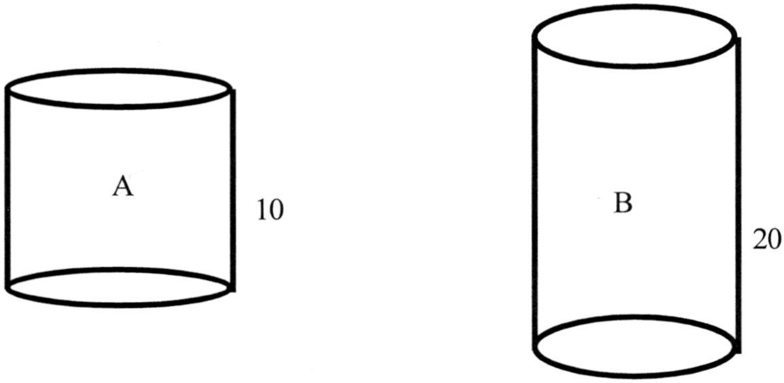

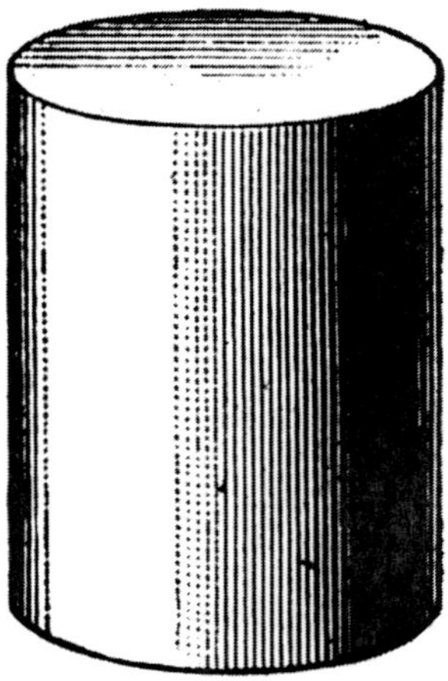

സിലിണ്ടറിന്റെ വ്യാപ്തം $\pi r^2 h$ ആണെന്ന് നമുക്കറിയാം. A എന്ന സിലിണ്ടറിന്റെ ഉയരം 10 ഉം B യുടെ ഉയരം 20 ഉം ആണ്.

ആരം കാണാതെ വ്യാപ്തം നിർണയിക്കാൻ പ്രയാസമാണ്.

A എന്ന സിലിണ്ടറിന്റെ പാദചുറ്റളവ് = $2\pi r$ = 20 ആണല്ലോ. അപ്പോൾ ആരം $r = 20/2\pi = 10/\pi$ ഇതേപോലെ B യുടെ ആരം = $5/\pi$ ആയിരിക്കും.

A എന്ന സിലിണ്ടറിന്റെ വ്യാപ്തം = $\pi(10/\pi)(10/\pi)10$

$= 1000/\pi$

B യുടെ വ്യാപ്തം = $\pi(5/\pi)(5/\pi)20$

$= 500/\pi$

A എന്ന സിലിണ്ടറിന് B എന്ന സിലിണ്ടറിന്റെ ഇരട്ടി വ്യാപ്തിയുമുണ്ട് എന്ന് കാണാം.

ഇവിടെ ഷീറ്റുകളുടെ നീളവും വീതിയും തമ്മിലുള്ള അംശബന്ധം 2:1 ആണ്.

വ്യാപ്തം തമ്മിലുള്ള അംശബന്ധം 2:1 ആണെന്നു കണ്ടു. നീളത്തിനും വീതിക്കും മറ്റ് അംശബന്ധങ്ങൾ പരിഗണിച്ചാലും വ്യാപ്തങ്ങൾക്കും അതേ അംശബന്ധമായിരിക്കുമെന്ന് നമുക്ക് കാണാം.

ഒരേ വലിപ്പമുള്ള ഷീറ്റുകളാണ് സിലിണ്ടർ നിർമിക്കാൻ ഉപയോഗിക്കുന്നതെങ്കിലും, സിലിണ്ടറുകൾ പൂർണമായി നിർമിക്കപ്പെടുന്നില്ല എന്ന വസ്തുത ഇവിടെ ശ്രദ്ധേയമാണ്.

25

പ്രോഗ്രഷനും മൂന്നാം വർഗവും

ഒരു സംഖ്യയെ അതേ സംഖ്യകൊണ്ട് ഗുണിച്ചാൽ സംഖ്യയുടെ വർഗം കിട്ടും. വീണ്ടും സംഖ്യകൊണ്ട് ഗുണിച്ചാൽ മൂന്നാം വർഗം കിട്ടും.

$5 \times 5 = 25$ ആയതിനാൽ 5 ന്റെ വർഗമാണ് 25. ഇതിനെ വീണ്ടും 5 കൊണ്ട് ഗുണിക്കുമ്പോൾ 125 കിട്ടും. ഇത് 5ന്റെ മൂന്നാം വർഗമാണ്.

ഒറ്റ അക്കമുള്ള സംഖ്യയുടെ മൂന്നാം വർഗം താരതമ്യേന എളുപ്പത്തിൽ കണ്ടുപിടിക്കാം. അക്കങ്ങളുടെ എണ്ണം വർധിക്കുമ്പോൾ വിഷമവും വർധിക്കുന്നു.

സംഖ്യകളുടെ മൂന്നാം വർഗം എളുപ്പത്തിൽ കണ്ടുപിടിക്കുന്നതിന് പ്രോഗ്രഷൻ ഉപയോഗിക്കാം.

ഉദാഹരണമായി 21 ന്റെ മൂന്നാം വർഗം കാണണമെന്നിരിക്കട്ടെ. 21ലെ പത്താം സ്ഥാനത്തെ അക്കം 2 ഉം ഒന്നാംസ്ഥാനത്തെ അക്കം 1 ഉം ആണല്ലോ. ആദ്യം പത്താംസ്ഥാനത്തെ അക്കത്തിന്റെ മൂന്നാംവർഗം കാണുക. ഇത് $2 \times 2 \times 2 = 8$ ആണല്ലോ. ഇത് പ്രോഗ്രഷന്റെ ആദ്യ പദമായി സ്വീകരിക്കുക. ഒന്നും പത്തും സ്ഥാനങ്ങളിലെ അക്കങ്ങൾ ഉപയോഗിച്ച് ഒരു ഭിന്നിതം എഴുതുക. ഇത് പൊതുഗുണകമായി എടുക്കണം. അപ്പോൾ ഈ ഉദാഹരണത്തിൽ 1/2 ആണ് പൊതുഗുണകം. ഇനി പ്രോഗ്രഷന്റെ നാല് പദങ്ങൾ ക്രമത്തിൽ എഴുതുക.

8 4 2 1

ഇനി 4 പദങ്ങളിൽ മധ്യത്തിലുള്ള പദങ്ങളുടെ ഇരട്ടി കണ്ട് ചേർക്കുക

8 4 2 1
  8 4

ഈ പദങ്ങളുടെ തുക ക്രമത്തിൽ കാണുക. രണ്ടക്കങ്ങൾ വരു

മ്പോൾ ഒന്നാം സ്ഥാനത്തെ അക്കം മാത്രം ചേർത്ത് മറ്റേ അക്കം ഇട ത്തേക്ക് മാറ്റുക.

ഇതിന്റെ മൂന്നാം വർഗം = 8 4 2 1
8 4
9 2 6 1

ഇതേപോലെ 32ന്റെ മൂന്നാം വർഗം കാണുമ്പോൾ ആദ്യം 3ന്റെ വർഗം കാണുക.

$3 \times 3 \times 3 = 27$

പൊതുഗുണകം = $\frac{2}{3}$

ആദ്യപദം = 27

രണ്ടാം പദം = $27 \times \frac{2}{3} = 18$ എ

മൂന്നാം പദം = $18 \times \frac{2}{3} = 12$ എ

നാലാം പദം = $12 \times \frac{2}{3} = 8$ എ

പ്രോഗ്രഷൻ

27 18 12 8

ഇരട്ടി 36 24

തുക 32 7 6 8

മറ്റു രണ്ടക്ക സംഖ്യകളുടെ മൂന്നാം വർഗവും ഇതുപോലെ കണ്ടു പിടിക്കാം.

രണ്ടക്ക സംഖ്യകളുടെ മൂന്നാം വർഗം മാത്രമല്ല അക്കങ്ങൾ രണ്ടിൽ കൂടുതലുള്ള സംഖ്യകളുടെയും മൂന്നാം വർഗം ഈ രീതിയിൽ കണ്ടു പിടിക്കാം.

ഉദാഹരണമായി 126 എന്ന സംഖ്യയുടെ മൂന്നാം വർഗം കാണണ മെന്നിരിക്കട്ടെ. ഈ സംഖ്യയെ 12, 6 എന്നിങ്ങനെ രണ്ട് ഗ്രൂപ്പുകളായി തിരിക്കുക. ആദ്യം 12 ന്റെ മൂന്നാം വർഗം കാണുക. ഇത് 1728 ആയിരി ക്കും.

പൊതുഗുണകം $\frac{6}{12}$ = $\frac{1}{2}$

പ്രോഗ്രഷന്റെ ഒന്നാം പാദം = 1728

രണ്ടാം പദം = $\frac{1728}{2} = 864$

മൂന്നാം പദം = $\frac{864}{2} = 432$

നാലാം പദം	=	$\frac{432}{2} = 216$
പ്രോഗ്രഷൻ	=	1728 864 432 216
ഇരട്ടി		1728 864
തുക		2000 3 7 6

ഇവിടെ 216 എന്നത് ഒന്നാം സ്ഥാനത്തെ അക്കമായിട്ടാണ് പരിഗണിച്ചിട്ടുള്ളത്. തുകയായി 6 മാത്രം ചേർത്തിരിക്കുന്നു. ബാക്കിഭാഗം പത്താംസ്ഥാനത്തേക്ക് മാറ്റിയിരിക്കുന്നു. പത്താം സ്ഥാനത്തെ 'അക്കങ്ങൾ' 432, 864, 21 എന്നിവയാണ് ഇവയുടെ തുക 432 + 864 + 21 = 1317. ഒരക്കം 7 മാത്രം നിലനിർത്തുക. 131 അടുത്തസ്ഥാനത്തേക്ക് മാറ്റുക. അടുത്ത സ്ഥാനത്തെ അക്കങ്ങളുടെ തുക = 864 + 1726 + 131 = 2723. ഇതിൽ 3 നിലനിർത്തുക. 272 അടുത്ത സ്ഥാനത്തേക്ക് മാറ്റുക. അടുത്ത സ്ഥാനത്തെ സംഖ്യകളുടെ തുക = 1728 + 272 = 2000. അപ്പോൾ ഈ രീതിയിൽ 126 ന്റെ മൂന്നാം വർഗം = 2000376 എന്ന് ലഭിക്കുന്നു.

ഇതേ രീതിയിൽ മറ്റ് സംഖ്യകളുടെയും മൂന്നാം വർഗങ്ങൾ കാണാം.

26

എയർഡിഷ് എന്ന ഗണിതപ്രതിഭ

ലോകത്തിൽ ഇന്നുവരെ ഏറ്റവും കൂടുതൽ ഗണിതലേഖനങ്ങൾ എഴുതിയയാൾ എന്ന ഖ്യാതി ലിയോനാർഡ് ഓയിലർക്കുള്ളതാണ്. ഈ ഗണത്തിലെ രണ്ടാംസ്ഥാനക്കാരനാണ് ഒരു കിറുക്കനെന്ന് അറിയപ്പെടുന്ന ഹംഗറിക്കാരൻ എയർഡിഷ്. മറ്റുള്ളവരുമായി ചേർന്ന് ഏറ്റവും കൂടുതൽ ഗണിതലേഖനം എഴുതിയവരിൽ ഒന്നാംസ്ഥാനക്കാരനായ എയർഡിഷ് നൂറുകണക്കിന് ഗണിതപണ്ഡിതന്മാരുമായി ചേർന്ന് ലേഖനങ്ങൾ എഴുതിയിട്ടുണ്ട്.

1913 മാർച്ച് 26ന് ഹംഗറിയിൽ ഹൈസ്കൂൾ ഗണിതശാസ്ത്രാധ്യാപകരുടെ മകനായി ജനിച്ച പോൾ എയർഡിഷ് (Paul Erdos) വളരെ ചെറുപ്പത്തിൽത്തന്നെ അസാമാന്യമായ ഗണിതപാടവം കാണിച്ചിരുന്നു. തന്റെ കുടുംബാംഗങ്ങൾ എത്ര സെക്കന്റ് ജീവിച്ചു എന്ന് മൂന്നാം വയസിൽതന്നെ കണക്കുകൂട്ടി കണ്ടുപിടിച്ചിരുന്നു.

മറ്റുള്ളവരുമായി ചേർന്ന് ഏറ്റവും കൂടുതൽ ഗണിതലേഖനങ്ങൾ എഴുതി എന്നു മാത്രമല്ല അദ്ദേഹത്തിന് ഖ്യാതിയുള്ളത്. അനേകം ഗണിതപ്രശ്നങ്ങൾ ആവിഷ്കരിക്കുകയും ഉത്തരം കണ്ടുപിടിക്കാൻ ശ്രമിക്കുകയും ചെയ്തിരുന്നവരിൽ വളരെ മുന്നിലാണ് അദ്ദേഹം. മറ്റുള്ളവരോട് ഗണിതപ്രശ്നങ്ങൾ ചോദിക്കുകയും. ഉത്തരം നൽകുന്നവർക്ക് സമ്മാനം നൽകുകയും ചെയ്യുന്നത് അദ്ദേഹത്തിന്റെ ഒരു വിനോദമായിരുന്നു. ചെറിയ തുക മുതൽ, ചോദ്യത്തിന്റെ കടുപ്പമനുസരിച്ച് വൻതുകകൾ വരെ അദ്ദേഹം സമ്മാനമായി നൽകിയിരുന്നു. മാത്രമല്ല പണത്തിന് യാതൊരു വിലയും കൽപ്പിക്കാതിരുന്ന എയർഡിഷ് വിദ്യാർഥികൾക്കും മറ്റും വെറുതെ പണം നൽകിയിരുന്നു. ഇതുകാരണം അദ്ദേഹത്തിന്റെ

ഒടുവിലത്തെ ഭൗതികസമ്പാദ്യം ഒരു സ്യൂട്ട്കേയ്സിൽ കൊള്ളുന്ന വസ്തുക്കൾ മാത്രമായിരുന്നു.

21 ാം വയസിൽത്തന്നെ അദ്ദേഹം ഗണിതശാസ്ത്രത്തിൽ ഡോക്ടറേറ്റ് ബിരുദം സമ്പാദിച്ചു. ഒരിക്കലും ഒരു സ്ഥിരമായ ജോലി സ്വീകരിച്ചുമില്ല. സ്ഥിരമായ താമസസ്ഥലവും ഉണ്ടായിരുന്നില്ല. ഗണിതശാസ്ത്ര യോഗങ്ങളും ഗണിതശാസ്ത്രജ്ഞരുടെ താമസസ്ഥലങ്ങളും ആയിരുന്നു അദ്ദേഹത്തിന്റെ ആവാസരംഗങ്ങൾ. ഇങ്ങനെ നൂറുകണക്കിന് ഗണിതശാസ്ത്രജ്ഞരെ അദ്ദേഹം സന്ദർശിച്ചുകൊണ്ടിരുന്നു. ഒരു ഗണിതശാസ്ത്രജ്ഞനെ കണ്ട് രചന നടത്തിക്കഴിഞ്ഞാൽ തന്റെ അടുത്ത ലക്ഷ്യം ആരെന്ന് പറഞ്ഞ് അവിടേക്ക് പോകും. ഇങ്ങനെ തുടർച്ചയായി സഞ്ചരിച്ചുകൊണ്ടാണ് അദ്ദേഹം ജീവിച്ചത്.

ഒരു കിറുക്കനെന്ന് വിശേഷിപ്പിക്കാവുന്ന എയർഡിഷിന് വിചിത്രമായ പല സവിശേഷതകളുമുണ്ടായിരുന്നു. കുട്ടികളെ അദ്ദേഹം എപ്സിലോൺ എന്നാണ് വിശേഷിപ്പിച്ചിരുന്നത്. വളരെ വളരെ ചെറിയ ഒരു സംഖ്യയെ സൂചിപ്പിക്കാനാണ് ഗണിതശാസ്ത്രത്തിൽ എപ്സിലോൺ എന്ന പദം ഉപയോഗിക്കുന്നത്. ഇതേപോലെ മറ്റു ചില രസകരമായ വിശേഷങ്ങൾ താഴെ കൊടുക്കുന്നു.

സ്ത്രീ – യജമാനത്തി – (Boss)
പുരുഷൻ – അടിമ (Slave)
കണക്ക് ചെയ്ത് മതിയാക്കിയവർ – മരിച്ചവർ (dead)
യഥാർഥത്തിൽ മരിച്ചവർ – വിട്ടുപോയവർ (Left)
മദ്യം – വിഷം (Poison)
സംഗീതം – ശബ്ദം (Noice)
വിവാഹിതർ – ബന്ധനസ്ഥർ (Captured)
വിവാഹമോചനം നേടിയവർ – സ്വാതന്ത്ര്യം നേടിയവർ (libarated)
ലക്ചർ ചെയ്യുന്നവർ – സുവിശേഷ പ്രസംഗകർ (Preacher)
കുട്ടികൾക്ക് വാചികപരീക്ഷ നൽകൽ – പീഡിപ്പിക്കൽ (torture)

സംഖ്യാശാസ്ത്രത്തിൽ അദ്ദേഹം നിരവധി കണ്ടുപിടിത്തങ്ങൾ നടത്തിയിട്ടുണ്ട്. ഒരു സംഖ്യയുടെയും അതിന്റെ ഇരട്ടിയുടെയും ഇടയിൽ ഒരു അഭാജ്യസംഖ്യയെങ്കിലും ഉണ്ടായിരിക്കും എന്നതിന് വളരെ എളുപ്പത്തിലുള്ള ഒരു തെളിവ് അദ്ദേഹം കണ്ടുപിടിച്ചിട്ടുണ്ട്. വെറും മൂന്ന് മണിക്കൂർ മുതൽ അഞ്ചുമണിക്കൂർ വരെ മാത്രം ഉറങ്ങിയിരുന്ന എയർഡിഷ് രാത്രി ഏറെ സമയവും ഗണിതരചനയിലാണ് മുഴുകിയിരുന്നത്. 83 ാം വയസിൽ ഹൃദയാഘാതം മൂലം അദ്ദേഹം അന്തരിച്ചു.

27

നെപ്പോളിയൻ ബോണപ്പാർട്ടും ഗണിതശാസ്ത്രവും

ലോകചരിത്രത്തിലെ ഏറ്റവും മികച്ച വീരയോദ്ധാക്കളിലൊരാളായി അറിയപ്പെടുന്ന നെപ്പോളിയൻ ബോണപ്പാർട്ടും ഗണിതശാസ്ത്രവുമായി എന്താണ് ബന്ധം? നെപ്പോളിയൻ അവസാനകാലത്ത് ഒരു ദ്വീപിൽ തടവുകാരനായി ഏകാന്ത ജീവിതം നയിക്കുന്ന കാലത്ത് അദ്ദേഹം സമയം ചെലവഴിച്ചുകൊണ്ടിരുന്നത്, ജ്യാമിതീയമായ ഒരു കളി കളിച്ചുകൊണ്ടായിരുന്നു. കളിയുടെ രാജാവ് എന്ന് വിശേഷിപ്പിക്കപ്പെടുന്ന ടാൻഗ്രാം എന്ന കളിയായിരുന്നു അദ്ദേഹത്തിന് സമയം കളയാനുള്ള വഴി.

ഇതുമാത്രമല്ല നെപ്പോളിയനും ഗണിതശാസ്ത്രവും തമ്മിലുള്ള ബന്ധം. ഗണിതശാസ്ത്രത്തിലെ ജ്യാമിതിയിലെ ഒരു സിദ്ധാന്തം അദ്ദേഹത്തിന്റെ പേരിൽ അറിയപ്പെടുന്നുണ്ട് – നെപ്പോളിയൻ സിദ്ധാന്തം.

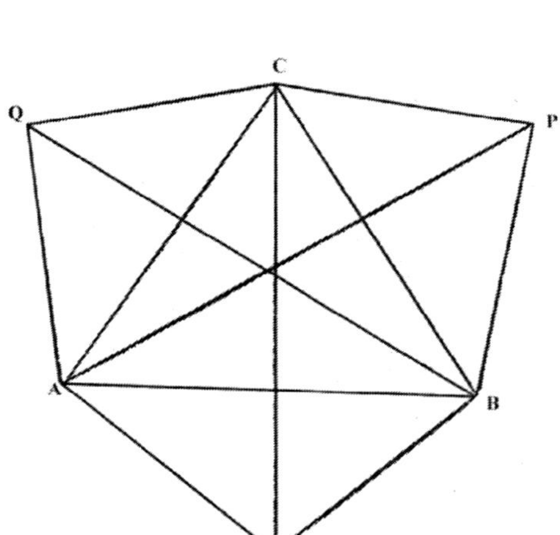

1785 ൽ പതിനാറുകാരനായിരുന്ന നെപ്പോളിയൻ മിലിട്ടറി അക്കാദമിയിൽ ചേരാൻ പോയപ്പോൾ നെപ്പോളിയന്റെ ഗണിത വിജ്ഞാനം പ

രീക്ഷിക്കാൻ ഹാജരുണ്ടായിരുന്നത് പീയർ സൈമൺ ലാപ്ലസ് ആയിരുന്നു. ഈ ഗണിതശാസ്ത്രജ്ഞനാണ് ജ്യാമിതിയിലെ ഒരു സിദ്ധാന്തത്തിന് നെപ്പോളിയൻ സിദ്ധാന്തം എന്ന പേര് നൽകാൻ കാരണക്കാരനായത്.

അവസരവാദം അഥവാ കാലുമാറൽ ഒരു കലയും ശാസ്ത്രവുമായി പ്രയോഗിച്ച് എല്ലായ്പ്പോഴും ജീവിതവിജയം ഉറപ്പാക്കിയ ഗണിതശാസ്ത്രജ്ഞനായിരുന്നു ലാപ്ലസ്. മാറിമാറിവരുന്ന ഭരണാധികാരികളെ പ്രീണിപ്പിച്ച് എപ്പോഴും സുഖലോലുപനായി ജീവിച്ചിരുന്ന ലാപ്ലസ് നെപ്പോളിയനെ സന്തോഷിപ്പിക്കാനായി ഒരു ഗണിതസിദ്ധാന്തത്തിന് നെപ്പോളിയൻ സിദ്ധാന്തം എന്ന് പേരിടുകയുണ്ടായി. ജ്യാമിതിയിലെ ത്രികോണവുമായി ബന്ധപ്പെട്ട ഒരു സിദ്ധാന്തമാണ് നെപ്പോളിയൻ സിദ്ധാന്തം.

ഒരു ത്രികോണത്തിന് മൂന്ന് വശങ്ങളുണ്ടല്ലോ. ഈ മൂന്ന് വശങ്ങളുടെയും നീളങ്ങൾ തുല്യമാകാം. വ്യത്യസ്തങ്ങളാകാം. ഏതെങ്കിലും രണ്ട് നീളങ്ങൾ തുല്യമാവാം. ഇങ്ങനെയുള്ള ഏത് തരത്തിലുള്ള ത്രികോണങ്ങൾ ഗണിച്ചാലും ശരിയാവുന്ന ഒരു ആശയമാണ് നെപ്പോളിയൻ സിദ്ധാന്തമായി അറിയപ്പെടുന്നത്.

നെപ്പോളിയൻ സിദ്ധാന്തം ഇങ്ങനെ വിശദീകരിക്കാം. ഒരു ത്രികോണത്തിന്റെ ഓരോ വശവും പാദമായി ത്രികോണത്തിന്റെ ബഹിർഭാഗത്ത് ഓരോ സമഭുജത്രികോണങ്ങൾ നിർമിക്കുന്നുവെന്നിരിക്കട്ടെ, ഈ ത്രികോങ്ങളുടെ ബാഹ്യശീർഷവും ആദ്യ ത്രികോണത്തിന്റെ എതിർശീർഷവും നിർണയിക്കുന്ന രേഖാഖണ്ഡങ്ങൾ തുല്യനീളമുള്ളവയായിരിക്കും.

ചിത്രത്തിൽ ത്രികോണം ABCയുടെ വശങ്ങളാണ് AB, BC, CA എന്നിവ

AB പാദമായി വരച്ചിട്ടുള്ള ഒരു സമഭുജത്രികോണമാണ് Δ ABR

BC പാദമായുള്ള സമഭുജത്രികോണം Δ BCP യും ACപാദമായ സമഭുജത്രികോണം Δ ACQ ഉം ആണ്. ABR ന്റെ ബാഹ്യശീർഷം R ഉം Δ ABC യുടെ എതിർശീർഷം Cയുമാണ്. ഈ ബിന്ദുക്കൾ നിർണയിക്കുന്ന രേഖാഖണ്ഡമാണ് CR. ഇതുപോലെ മറ്റ് ബാഹ്യബിന്ദുക്കളിൽ നിന്നുള്ള രേഖാഖണ്ഡങ്ങളാണ് AP, BQ എന്നിവ.

AP, BQ, CR എന്നീ രേഖാഖണ്ഡങ്ങൾ ഒരേ നീളമുള്ളവയായിരിക്കുമെന്ന് നെപ്പോളിയൻ സിദ്ധാന്തം വ്യക്തമാക്കുന്നു.

28

ഫ്ളോറൻസ് നൈറ്റിംഗേൽ ഒരു ഗണിതശാസ്ത്രപ്രതിഭ

വിളക്കേന്തിയ വനിത (The lady with the lamp) എന്ന പേരിൽ വിശ്വപ്രസിദ്ധയായ ഫ്ളോറൻസ് നൈറ്റിംഗേൽ ഒരു ഗണിതശാസ്ത്ര പ്രതിഭകൂടിയായിരുന്നു. പക്ഷേ, ആതുരശുശ്രൂഷക എന്ന നിലയിൽ വളരെ പ്രശസ്തയായതുകാരണം, അവരുടെ ഗണിതപ്രതിഭ പൊതുവെ ശ്രദ്ധിക്കപ്പെട്ടില്ല.

ഒരു ജീവചരിത്രകാരൻ എഡ്വേർഡ് ടിറൂക്ക് അവരെ വിശേഷിപ്പിച്ചത് Passionate Statistician എന്നാണ്. ഗണിതശാസ്ത്രത്തിന്റെ ഒരു പ്രധാന ശാഖയാണല്ലോ സ്റ്റാറ്റിസ്റ്റിക്സ്. സ്റ്റാറ്റിസ്റ്റിക്സിലാണ് അവർ കൂടുതൽ ശ്രദ്ധപതിപ്പിച്ചിരുന്നതും കണ്ടുപിടുത്തങ്ങൾ നടത്തിയിട്ടുള്ളതും.

1820 മെയ് 12ന് ഇറ്റലിയിലെ ഫ്ളോറൻസ് നഗരത്തിലാണ് നൈറ്റിംഗേൽ ജനിച്ചത്. ഉയർന്ന സാമ്പത്തിക സ്ഥിതിയും വിദ്യാഭ്യാസവും ഉണ്ടായിരുന്ന കുടുംബത്തിൽ ജനിച്ചതിനാൽ നൈറ്റിംഗേലിന് മികച്ച വിദ്യാഭ്യാസം തന്നെ നേടാനുള്ള അവസരം ലഭിച്ചു. അൽപ്പം മുതിർന്നപ്പോൾ തനിക്ക് കണക്ക് പഠിക്കാനാണ് താൽപ്പര്യമെന്ന് ഉറപ്പിച്ചു പറഞ്ഞു. അമ്മ അതിന് സമ്മതിച്ചില്ല. പ്രായപൂർത്തിയായാൽ വിവാഹിതയാവുകയും ഭർത്താവിനെയും കുഞ്ഞുങ്ങളെയും സംരക്ഷിക്കുകയുമാണ് പൊതുവെ പതിവുണ്ടായിരുന്നത്. ഒരു വിവാഹിതയ്ക്ക് കണക്കിലെന്താണ് കാര്യം എന്നാണ് അമ്മ ചോദിച്ചത്. പക്ഷേ ഗണിതത്തിൽ നല്ല താൽപ്പര്യമുണ്ടായിരുന്ന പിതാവ് മകളെ കണക്ക് പഠിക്കാൻ അനുവദിച്ചു.

അങ്കഗണിതം, ജ്യാമിതി, ബീജഗണിതം തുടങ്ങിയവ ഗണിതശാഖകൾ പഠിച്ച നൈറ്റിംഗേലിന് പിന്നീട് സ്റ്റാറ്റിസ്റ്റിക്സിനോട് താൽപ്പര്യം ജനിച്ചു. നേഴ്സിങ് ജോലി ഏറ്റെടുക്കുന്നതിന് മുമ്പ് അവർ ഗണിത

ശാസ്ത്ര അധ്യാപികയായി പ്രവർത്തിച്ചിരുന്നു. പഠിപ്പിക്കുന്നതിനുവേണ്ടി അവർ തയാറാക്കിയിരുന്ന പാഠക്കുറിപ്പുകൾ ഇപ്പോഴും ബ്രിട്ടീഷ് മ്യൂസിയത്തിൽ സൂക്ഷിക്കുന്നുണ്ട്. സ്റ്റാറ്റിസ്റ്റിക്സിലെ പോളാർ – ഏരിയാ ഡയഗ്രം അവതരിപ്പിച്ചത് നൈറ്റിംഗേലാണ്.

ഒരു മാനിന് എത്ര ഉയരമുണ്ട്? നിങ്ങൾക്ക് അത്രയും ഉയരമുണ്ടോ? നിങ്ങൾക്ക് എത്ര ഉയരമുണ്ട്? മൂന്നടിയാണോ ഒരു വാരയാണോ? എത്ര ദൂരത്തുനിന്നാണ് നിങ്ങൾ സ്കൂളിലേക്ക് വരുന്നത്? ഒരുദിവസം രണ്ടു നാഴിക നടന്നാൽ എത്ര ദിവസംകൊണ്ട് ഭൂമധ്യരേഖയിലെത്താം എന്നിങ്ങനെയുള്ള ചോദ്യങ്ങളാണ് തന്റെ പാഠക്കുറിപ്പിൽ അവർ എഴുതിയിരുന്നത്.

നേഴ്സായി ചേർന്നശേഷം സ്റ്റാറ്റിസ്റ്റിക്സിസ് തന്റെ ജോലിയിൽ അവർ കഴിയുന്നത്ര ഉപയോഗിച്ചിരുന്നു. മെഡിക്കൽ റെക്കാർഡുകൾ എഴുതുന്നതിനും ഭംഗിയായി അവതരിപ്പിക്കുന്നതിനും സ്റ്റാറ്റിസ്റ്റിക്സ് ഉപയോഗപ്പെടുത്തിയത് മേലധികാരികളെ വളരെയധികം സന്തോഷിപ്പിച്ചു. സ്റ്റാറ്റിസ്റ്റിക്സിനെ അടിസ്ഥാനപ്പെടുത്തി അവർ സമർപ്പിച്ച ആശുപത്രി വികസന പരിപാടി വളരെ സംതൃപ്തിയോടെ വിക്ടോറിയാ രാജ്ഞി അംഗീകരിക്കുകയും പ്രാവർത്തികമാക്കാനുള്ള എല്ലാവിധ സഹായങ്ങൾ ചെയ്യുകയുമുണ്ടായി.

അമേരിക്കൻ ആഭ്യന്തര യുദ്ധസമയത്ത് അവർ അമേരിക്കൻ ഗവൺമെന്റിന്റെ മിലിട്ടറി ഉപദേഷ്ടാവായി നിയമിക്കപ്പെട്ടിരുന്നു. മുറിവേറ്റ പട്ടാളക്കാരെ ശുശ്രൂഷിക്കുന്നതിലും റെക്കാർഡ് സൂക്ഷിക്കുന്നതിലും സൗകര്യങ്ങൾ ഏർപ്പെടുത്തുന്നതിലും അവർ സ്റ്റാറ്റിസ്റ്റിക്സ് വളരെ ഉപയോഗിക്കുകയുണ്ടായി. സ്റ്റാറ്റിസ്റ്റിക്സിലെ കഴിവുകളെ മാനിച്ച് 1858 ൽ അവരെ ഇംഗ്ലണ്ടിലെ സ്റ്റാറ്റിസ്റ്റിക്കൽ സൊസൈറ്റിയിൽ അംഗമാക്കുകയുണ്ടായി. സൊസൈറ്റിയുടെ ആദ്യത്തെ വനിതാംഗമായിരുന്നു നൈറ്റിംഗേൽ.

അവർ ഒരു ഫെമിനിസ്റ്റ് കൂടിയായിരുന്നു. സ്ത്രീകൾക്ക് വിദ്യാഭ്യാസം നൽകുന്ന കാര്യത്തിൽ അവർ ശ്രദ്ധാലുവായിരുന്നു. വിദ്യാഭ്യാസം എല്ലാ സ്ത്രീകളുടെയും അവകാശം എന്ന നിലയിൽ അവർ അതിനു വേണ്ടി പോരാടിയിരുന്നു.

1910 ആഗസ്റ്റ് 13 ാം തീയതി അവർ അന്തരിച്ചു. നേഴ്സ് എന്ന നിലയിലും ആശുപത്രി പരിഷ്കർത്താവ് എന്ന നിലയിലും പ്രശസ്തയായ നൈറ്റിംഗേൽ ഗണിതശാസ്ത്ര പ്രതിഭകൂടിയാണെന്ന കാര്യം പലർക്കും അജ്ഞാതമാണ്.

29

ഒരാൾക്ക് എത്ര ഭൂമി വേണം?

വളരെ പ്രശസ്തമായൊരു കഥയാണിത്. ഒരു രാജാവിന്റെയടുത്ത് ഒരാൾ കുറച്ച് ഭൂമി വേണം എന്ന് ആവശ്യവുമായി ചെന്നു. എത്ര ഭൂമി വേണം എന്ന ചോദ്യത്തിന് വ്യക്തമായ ഒരു മറുപടി പറയാൻ അയാൾക്ക് സാധിച്ചില്ല. എത്ര കിട്ടുമോ അത്രയും എന്നായിരുന്നു അയാളുടെ ഉള്ളിലിരുപ്പ്.

അയാൾക്ക് ആവശ്യമുള്ളയത്ര ഭൂമി കൊടുക്കാൻ രാജാവ് തയാറായി. ഒരു ഭാഗത്ത് എത്ര വേണമോ അത്രയും നൽകാം. ആവശ്യമായ ഭൂമിയുടെ അതിർത്തി നടന്ന് കാണിക്കണം.

അയാൾക്ക് വളരെ സന്തോഷമായി. മുമ്പുതന്നെ രാജാവിനെക്കണ്ട് ഭൂമി ആവശ്യപ്പെടാത്തത് വലിയ മണ്ടത്തരമായെന്ന് അയാൾക്ക് തോന്നി.

അയാൾ നടക്കാൻ തുടങ്ങി. പോകുന്ന വഴി അടയാളപ്പെടുത്താൻ രാജാവ് ഏർപ്പാടാക്കി. രാജാവ് ഒരു നിബന്ധനകൂടി വച്ചു. സൂര്യൻ അസ്തമിക്കുന്നതിന് മുമ്പ് പുറപ്പെട്ട സ്ഥലത്ത് തിരിച്ചെത്തണം.

ഫലഭൂയിഷ്ഠമായ തോട്ടങ്ങളും നെൽപ്പാടങ്ങളും മറ്റും കണ്ടപ്പോൾ, അതൊക്കെ ഉൾപ്പെടുത്തിക്കൊണ്ട് അയാൾ വേഗം നടന്നുകൊണ്ടിരുന്നു. കൂടുതൽ കൂടുതൽ കിട്ടാൻ ഓടിക്കൊണ്ടിരിക്കുകയായിരുന്നു. ചുട്ടുപൊള്ളുന്ന വെയിലോ വിശപ്പോ കണക്കിലെടുക്കാതെ ഓടി ഓടി അസ്തമയമടുത്തപ്പോൾ കൊട്ടാരത്തിനടുത്തെത്തി. പക്ഷേ ദാഹവും ക്ഷീണവും കാരണം പുറപ്പെട്ട സ്ഥലത്ത് അയാൾക്ക് തിരിച്ചെത്താനായില്ല. അപ്പോഴേക്കും അയാൾ മരിച്ചു വീണു. ഒരാൾക്ക് എത്ര ഭൂമിവേണമെന്ന് പിന്നീട് കണക്കാക്കപ്പെട്ടു. ആറടി മണ്ണ്!

ഈ കഥ നടന്നതായാലും അല്ലെങ്കിലും അതിന്റെ പിന്നിൽ ചില ഗണിതതത്വങ്ങൾ അടങ്ങിയിട്ടുണ്ട്. ഒരു സ്ഥലത്തുനിന്ന് അഥവാ ഒരു

ബിന്ദുവിൽനിന്ന് പുറപ്പെട്ടാൽ അതേ സ്ഥലത്ത് തിരിച്ചെത്തിയാൽ മാത്രമേ ഒരു നിശ്ചിത സ്ഥലം ആവരണം ചെയ്യപ്പെടുകയുള്ളൂ. ഇങ്ങനെ ആവരണം ചെയ്ത സ്ഥലത്തിന് എല്ലാ ഭാഗത്തും അതിരുകൾ ഉണ്ടായിരിക്കും. ഈ സ്ഥലത്തിന് ഒരു ആകൃതിയിലുണ്ടായിരിക്കും. ചുറ്റളവുണ്ടായിരിക്കും. വിസ്തീർണമുണ്ടായിരിക്കും. ഇങ്ങനെ പുറപ്പെട്ട സ്ഥലത്ത് തിരിച്ചെത്തുന്നില്ലെങ്കിൽ ഒരു നിശ്ചിതസ്ഥലം ആവരണം ചെയ്യപ്പെടുന്നില്ല. ചുറ്റളവുണ്ടാവില്ല. വിസ്തീർണവുമുണ്ടാവില്ല.

ഒരു സ്ഥലത്തിന്റെ വിസ്തീർണം അതിന്റെ ചുറ്റളവിനെ മാത്രമല്ല ആകൃതിയെയും ആശ്രയിച്ചിരിക്കും. നിങ്ങൾക്ക് 60 മീറ്റർ നീളമുള്ള ഒരു വലിയ കയർ തന്നിരിക്കുന്നു. ഒരു മൈതാനത്തിൽ ഈ കയർ ഉപയോഗിച്ച് ഇഷ്ടമുള്ള ആകൃതിയിൽ ഒരു സ്ഥലം (പ്രദേശം) ആവരണം ചെയ്യണം. ഏറ്റവും കൂടുതൽ വിസ്തീർണം ലഭിക്കത്തക്ക രീതിയിൽ ചെയ്യണം. എന്തായിരിക്കും ആകൃതി? എന്തായിരിക്കും അതിന്റെ വിസ്തീർണം?

ത്രികോണം, ചതുർഭുജം, പഞ്ചഭുജം, ഷഡ്ഭുജം തുടങ്ങി അനേകം ആകൃതികൾ നിങ്ങൾക്ക് പരീക്ഷിക്കാം. മാത്രമല്ല ത്രികോണത്തിൽത്തന്നെ സമഭുജ ത്രികോണം, വിഷമഭുജത്രികോണം, സമപാർശ്വത്രികോണം, മട്ടത്രികോണം, ബൃഹത്കോൺ ത്രികോണം, ന്യൂനകോൺ ത്രികോണം എന്നിവയും പരിശോധിക്കേണ്ടിവരും. ചതുർഭുജത്തിനുമുണ്ട്, സമചതുരം, സാമാന്തരികചതുരം എന്നിങ്ങനെ വ്യത്യസ്തരൂപങ്ങൾ.

ആറ് വിധത്തിലുള്ള ത്രികോണങ്ങളിൽ നിശ്ചിത ചുറ്റളവിൽ പരമാവധി കൂടുതൽ വിസ്തീർണം ലഭിക്കുന്നത് സമഭുജ ത്രികോണത്തിനാണെന്ന് കാണാം. അതുപോലെ ചതുർഭുജത്തിന്റെ കാര്യത്തിലും വശങ്ങളുടെ നീളം തുല്യമാകുമ്പോഴാണ് (കോണുകളുടെ അളവുകളും തുല്യമാകണം) പരമാവധി വിസ്തീർണം ലഭിക്കുന്നത്.

ഒരേ ചുറ്റളവുള്ള സമഭുജ ത്രികോണവും സമചതുരവും പരിഗണിച്ചാൽ കൂടുതൽ വിസ്തീർണമുള്ളത് സമചതുരത്തിനായിരിക്കും. പൊതുവേ പറഞ്ഞാൽ വശങ്ങളുടെ എണ്ണം കൂടുമ്പോൾ (ചുറ്റളവ് തുല്യം) വിസ്തീർണം കൂടും. വശങ്ങളുടെ എണ്ണം ഏറ്റവും കൂടിയതായിരിക്കും ഏറ്റവും കൂടുതൽ വിസ്തീർണമുള്ള രൂപം. ഒരു വൃത്തത്തെ ഏറ്റവും കൂടുതൽ വശങ്ങളുള്ള ബഹുഭുജമായി പരിഗണിക്കാറുണ്ട്. ഒരു നിശ്ചിത ചുറ്റളവിൽ പരമാവധി വിസ്തീർണം കിട്ടുന്ന രൂപം വൃത്തമായിരിക്കും എന്ന് നമുക്ക് മനസിലാക്കാം.

30

കാൾ മാർക്സിന്റെ ഗണിത പുസ്തകം

ഗണിതശാസ്ത്രമെന്നാൽ അളവിന്റെ ശാസ്ത്രമാണ്. അളവ് എന്നത് വസ്തുക്കളുടെ പ്രത്യേകതയാണ്. എന്തെങ്കിലും അളവില്ലാത്ത ഒരു വസ്തുവിനും ലോകത്ത് അസ്തിത്വമില്ല. ഈ പ്രപഞ്ചത്തിലെ വസ്തുക്കളെ കൈകാര്യം ചെയ്യുന്നവർക്ക് ഗണിതജ്ഞാനമില്ലാതെ, ശരിയായ രീതിയിൽ വസ്തുക്കളെ കൈകാര്യം ചെയ്യാൻ സാധ്യമല്ല.

ഈ ഒരു തിരിച്ചറിവാണ് വിഖ്യാത ചിന്തകനും വളരെ നിലകളിൽ പ്രശസ്തനുമായ കാൾ മാർക്സിനെ ഗണിതത്തോടടുപ്പിച്ചത്. കൈയെഴുത്തുപ്രതിയായി ആയിരം പേജുകളിലായി എഴുതപ്പെട്ട കാൾ മാർക്സിന്റെ ഗണിത പുസ്തകമാണ് വിവിധ ഭാഷകളിലായി പ്രസിദ്ധീകരിക്കപ്പെട്ട *കാൾ മാർക്സിന്റെ ഗണിതകൈയെഴുത്തുകൾ* (*The Mathematical Manuscripts of Karl Marx*)

കാൾ മാർക്സ് നിര്യാതനായതിനു ശേഷം ഒരു നൂറ്റാണ്ടുകഴിഞ്ഞിട്ടാണ് 1982 ൽ ഈ കൈയെഴുത്തുപ്രതികൾ ഇംഗ്ലീഷിൽ പ്രസിദ്ധീകരിക്കപ്പെട്ടത്. 1968 ലാണ് ഇവ ആദ്യമായി ജർമൻ ഭാഷയിൽ പ്രസിദ്ധീകരിക്കപ്പെടുന്നത്.

1933 ൽ തന്നെ കൈയെഴുത്തു പ്രതിയിലെ ചില ഭാഗങ്ങൾ *പേൾസ് നാമെനം മാർക്സിസ്മ* (*Polznamenem Marksizma*) എന്ന ജേർണലിൽ പ്രസിദ്ധീകരിച്ചിരുന്നു. കാൾ മാർക്സിന്റെ അമ്പതാം ചരമ വാർഷികത്തിൽ ബോൾഷെവിക്കുകാർ ആരംഭിച്ച ജേർണലാണ് *പോൾസ്നാമെനം മാർക്സിസ്മ*. ഇതിന്റെ പ്രസിദ്ധീകരണത്തോടെ മാർക്സിന്റെയും എംഗൽസിന്റെയും കൈയെഴുത്തു പ്രതികൾ വിദേശങ്ങളിൽ ശ്രദ്ധിക്കപ്പെട്ടു എന്ന് പറയാം.

ഏണസ്റ്റ് കോൾമാൻ (Ernst Kolman) സോണിയ യാനോവ്സ്കയ (Sonia Yanovskay) എന്നിവർ തയാറാക്കിയ ലേഖനങ്ങൾ മാർക്സിന്റെ കൈയെഴുത്തുപ്രതികളെ കൂടുതൽ ശ്രദ്ധിക്കപ്പെടാൻ ഇടയാക്കിയിട്ടുണ്ട്.

മനുഷ്യ ജീവിതത്തിന്റെ സാമൂഹ്യതലത്തിൽ ഇത്രയേറെ സ്വാധീനം ചെലുത്തിയ, അഥവാ ചെലുത്തിക്കൊണ്ടിരിക്കുന്ന കാൾ മാർക്സിന്റെ ഗണിതത്തെപ്പറ്റിയുള്ള കൈയെഴുത്തുപ്രതികൾ എന്തുകൊണ്ട് വേണ്ട വിധത്തിൽ ശ്രദ്ധിക്കപ്പെട്ടിട്ടില്ല എന്ന സംശയം സ്വാഭാവികമായും ഉയരുന്നു. ഗണിതത്തോടുള്ള സമൂഹത്തിന്റെ താൽപ്പര്യക്കുറവ് തന്നെയാണ് ഇതിന് കാരണമായത്. മാർക്സ് കൈകാര്യം ചെയ്ത ഗണിതത്തിന്റെ കാഠിന്യമാണോ ഇതിന് വഴിവച്ചത്? അല്ലേ അല്ല. അതിന് തെളിവ് 1831 ൽ എംഗൽസ് മാർക്സിന് എഴുതിയ കത്തു തന്നെയാണ്. ആ കത്തിൽ എംഗൽസ് എഴുതിയത് ഇങ്ങനെ വിശദീകരിക്കാം. "ഒടുവിൽ ഇന്നലെ താങ്കളുടെ ഗണിത കൈയെഴുത്തു പ്രതികൾ വായിക്കാൻ ധൈര്യം കാണിച്ചു. റഫറൻസിനായി ഗണിത പുസ്തകങ്ങൾ കരുതാതെയാണ് ഞാനിതിന് തുനിഞ്ഞത്. അത്തരം പുസ്തകങ്ങളുടെ ആവശ്യമേ ഉണ്ടായില്ല. എന്നതിൽ വളരെ സന്തോഷിക്കുന്നു. ഇതിലെ വസ്തുതകൾ പകൽവെളിച്ചംപോലെ വ്യക്തമാണ്. അപ്പോൾ ഗണിതത്തിന്റെ കാഠിന്യമായിരുന്നില്ല പ്രശ്നം. പ്രശ്നം ഗണിതത്തോടുള്ള വിമുഖതതന്നെ."

ഗണിതപഠനം എന്തുകൊണ്ട് വേണ്ടിവന്നു എന്നത് മാർക്സ് ഇങ്ങനെ വിശദീകരിക്കുന്നു: "സാമ്പത്തികമായ തത്വങ്ങൾ വിലയിരുത്തുമ്പോഴുള്ള കണക്കുകൂട്ടലുകൾ നടത്തുമ്പോൾ വലിയ പിശകു വരുത്തുന്നതിൽ എനിക്ക് അതിയായ വിഷമങ്ങൾ നേരിട്ടു. അങ്കഗണിതം എനിക്ക് വിദേശിയായി തന്നെ തുടർന്നെങ്കിലും ബീജഗണിത പഠനത്തിലൂടെയാണ് എനിക്ക് ശരിയായി കണക്കുകൂട്ടാൻ സാധിച്ചത്."

മാർക്സിന്റെ കൈയെഴുത്തുപ്രതിയിൽ പൂർത്തീകരിക്കപ്പെട്ട രണ്ട് ഭാഗങ്ങളാണുള്ളത്.

1. On The Concepts of the Derived Functions
2. On The Differential Calculus

ടെയ്ലേഴ്സ് സിദ്ധാന്തം. ഡിഫ്രൻസിയേഷൻ ദാലം ബേറിന്റെ രീതിന്നിവയെല്ലാം മാർക്സ് വിശദീകരിച്ചിട്ടുണ്ട്.

ഗണിതശാസ്ത്രത്തോടുള്ള അവഗണന മലയാളത്തിലും തുടർന്നു കാണുന്നു. ഇത്തരം മഹത്ഗ്രന്ഥങ്ങളെപ്പറ്റിയുള്ള പഠനങ്ങളും ഗവേഷണങ്ങളും അർഹിക്കുന്ന പ്രാധാന്യത്തോടെ ഉണ്ടാവട്ടെ എന്ന് പ്രത്യാശിക്കുന്നു.